SÁCH NẤU ĂN HOÀN THÀNH NỤ VÀ HOA

100 Công Thức Nấu Hoa Ngon Và Đẹp

Quỳnh Đào

Tài liệu bản quyền ©2024

Đã đăng ký Bản quyền

Không phần nào của cuốn sách này được phép sử dụng hoặc truyền đi dưới bất kỳ hình thức nào hoặc bằng bất kỳ phương tiện nào mà không có sự đồng ý bằng văn bản thích hợp của nhà xuất bản và chủ sở hữu bản quyền, ngoại trừ những trích dẫn ngắn gọn được sử dụng trong bài đánh giá. Cuốn sách này không nên được coi là sự thay thế cho lời khuyên về y tế, pháp lý hoặc chuyên môn khác.

MỤC LỤC

MỤC LỤC 3
GIỚI THIỆU 7
BỮA SÁNG VÀ BỮA TRƯA 9
   1. Ốp lết hoa bí xanh 10
   2. Trứng Nhồi Với Cây sen cạn................................12
   3. Trứng ốp lết hoa xanh nướng 14
   4. Bánh crepe mơ-oải hương 16
   5. Trứng Với Hoa Hẹ 19
   6. Yến mạch cán nhỏ với hoa ăn được........................21
   7. Trứng bác kem với hoa ăn được 23
   8. bánh Hoa păng-xê 25
   9. Hoa Quyền lực BrazilAçaí Cái bát 27
   10. Bữa sáng khoai lang với sữa chua trà dâm bụt 29
   11. Bát sinh tố xoài 32

MÓN ĂN VÀ MÓN KHAI THÁC 34
   12. Bánh mì trà hoa ăn được....................................35
   13. Cây sen cạn nhồi bông 37
   14. Xa lát khai vị tôm Cây sen cạn 39
   15. Bánh rán hoa bồ công anh 41
   16. Bánh ngô & cúc vạn thọ 43
   17. Chả giò hoa ăn được 45
   18. Bánh Keo Hoa Rán 47
   19. Phô Mai Dê Với Hoa Ăn Được 49

MÓN CHÍNH 51
   20. Xa lát thịt bò Adobo với Salsa dâm bụt 52
   21. Bánh Ravioli Hỗn Hợp Hoa Và Phô Mai 54
   22. Lasagna bồ công anh 56
   23. Thịt cừu và Purslane với đậu xanh 59
   24. Cá nướng lá bạc hà với cúc vạn thọ Mexico 62
   25. Những con bướm với rau và hoa oải hương 64

- 26. Pasta cây tầm ma với Parmesan thuần chay 66
- 27. Rau Mùa Đông Và Gnocchi 68

SÚP 70

- 28. Súp lá lưu ly & cỏ lúa mì 71
- 29. Súp hoa bí 73
- 30. Súp sen cạn Chervil 75
- 31. Bát hoa cúc châu Á 77
- 32. Súp Đậu Đen & Hoa Hẹ 79
- 33. Súp rau diếp Cây sen cạn 82
- 34. Súp thì là với hoa ăn được 84
- 35. Súp đậu xanh hoa hẹ 86
- 36. Vichyssoise với hoa lưu ly 88

XA LÁT 90

- 37. Xa lát cầu vồng 91
- 38. Xa lát rau xanh và đậu tuyết 93
- 39. Xa lát Cây sen cạn Và Nho 95
- 40. Xa lát mùa hè với đậu phụ và hoa ăn được 97
- 41. khoai tây và sen cạn 99
- 42. Xa lát bồ công anh và Chorizo 101
- 43. Lưu ly và dưa chuột sốt kem chua 103
- 44. Bắp cải đỏ với hoa cúc 105
- 45. Xa lát măng tây 107
- 46. Xa lát hoa păng-xê 109
- 47. Xa lát xanh với hoa ăn được 111

GIA VỊ VÀ TRANG TRÍ 113

- 48. Pesto sen cạn 114
- 49. Mứt dâu oải hương 116
- 50. Xi-rô kim ngân 118
- 51. Mật ong tím 120
- 52. Hoa trang trí cho phô mai 122
- 53. kẹo hoa tím 124
- 54. Hoa cúc nướng Hành 126
- 55. Cánh hoa hồng kẹo 128
- 56. Mật ong ngâm hoa tử đinh hương 130

57. Sốt Tầm Xuân & Nho 132

ĐỒ UỐNG 134

58. Bát sinh tố Matcha và sen cạn 135
59. Nước hoa oải hương việt quất 137
60. Bát sinh tố đào 139
61. Sữa Kefir Ngọt Oải Hương 141
62. Trà kim ngân chữa bệnh 143
63. Trà hoa cúc và hoa cơm cháy 145
64. Trà Hoa Cúc Và Thì Là 147
65. Trà bồ công anh và ngưu bàng 149
66. Trà cỏ thi và hoa cúc kim tiền 151
67. Trà Đầu Lâu Và Hoa Cam 153
68. hoa cúc Calendula chăm sóc cảm lạnh 155
69. Hoa chân chim Trà 157
70. Trà xanh Tầm Xuân 159
71. Trà hỗ trợ miễn dịch Echinacea 161
72. Trà cỏ ba lá đỏ Tonic 163
73. Trà đen hồng hào 165
74. Trà kim ngân chữa bệnh 167
75. Hoa Trà thảo mộc 169
76. Trà Hoa Cúc Kỷ Tử 171
77. Trà Hoa Bồ Công Anh 173
78. Trà pha cà phê hoa đậu biếc 175
79. Trà hoa dâm bụt Pha cà phê 177
80. Rễ cây bạch dương Trà siêu thư giãn 179
81. St John's Wort Trà tĩnh tâm 181
82. Trà trẻ hóa 183
83. Trà cảm lạnh và khàn giọng 185
84. Trà Thảo Dược Hoa chanh 187
85. Trà Potpourri 189
86. Trà cỏ ba lá đỏ 191
87. Rượu Hoa Hồng Và Hoa Oải Hương 193

MÓN TRÁNG MIỆNG 195

88. Quả việt quất Hoa oải hương Việt quất giòn 196
89. Mứt đại hoàng, hoa hồng và dâu 198

90. Bánh quy hình quả cam Calendula 200
91. Parfait sữa chua với Vi xanh 202
92. Bánh mì mini hoa cà rốt 204
93. Bánh quy hồi Hyssop 206
94. Bánh Hoa păng-xê chanh 208
95. Bánh quy hoa cúc 211
96. Sorbet dâu và hoa cúc 213
97. Kẹo dẻo Marshmallow hoa cẩm chướng 215
98. Kem Tím 217
99. Souffle tím 219
100. Dâu, Xoài & Hoa Hồng Pavlova 221

PHẦN KẾT LUẬN 224

GIỚI THIỆU

Bắt tay vào cuộc hành trình ẩm thực nơi thế giới sôi động của những nụ hoa nở rộ chiếm vị trí trung tâm. "Sách dạy nấu ăn hoàn chỉnh về nụ và hoa" mời bạn khám phá thế giới của các loài hoa ăn được, nơi hương vị gặp gỡ thẩm mỹ trong sự tôn vinh hài hòa sự hào phóng của thiên nhiên. Bộ sưu tập gồm 100 công thức nấu ăn ngon và đẹp mắt này nâng tầm hương vị hoa từ đồ trang trí đơn thuần thành tâm điểm của các món ăn thú vị, mang đến trải nghiệm cảm giác vượt xa những gì bình thường.

Hoa ăn được đã là một yếu tố quyến rũ trong truyền thống ẩm thực trên toàn thế giới, sự bao gồm của chúng làm tăng thêm nét sang trọng và lạ mắt cho các món ăn. Trong cuốn sách nấu ăn này, chúng tôi đi sâu vào nghệ thuật kết hợp hoa vào bữa ăn, biến chúng từ những nguyên liệu đơn thuần thành những kiệt tác ẩm thực. Mỗi công thức là một minh chứng cho sự đa dạng của hương vị mà thiên nhiên mang lại, từ vị ngọt tinh tế của hoa tím đến hương vị cay của hoa sen cạn.

Cuốn sách nấu ăn tôn vinh cảnh quan có thể ăn được, nơi những cánh hoa và bông hoa không chỉ để thu hút thị giác mà còn đóng góp bản chất độc đáo của chúng cho một bản giao hưởng của hương vị. Cho dù bạn là một đầu bếp giàu kinh nghiệm hay một người nấu ăn tại nhà thích phiêu lưu, những công thức nấu ăn này sẽ truyền cảm hứng cho bạn để tận dụng vẻ đẹp và hương vị của các loại hoa ăn được trong sáng tạo ẩm thực của mình.

"Sách dạy nấu ăn hoàn chỉnh về nụ và hoa" vượt xa những công thức thông thường, trình bày các công thức nấu ăn không chỉ ngon mà còn bắt mắt về mặt hình ảnh. Từ món Xa lát được trang trí bằng hoa pansies cho đến món tráng miệng nở rộ với những cánh hoa hồng, mỗi món ăn là một bức tranh nơi màu sắc và hình dạng của những bông hoa ăn được trở nên sống động. Thông qua những hướng dẫn chi tiết và hình ảnh đầy cảm hứng, cuốn sách nấu ăn này khuyến khích bạn thỏa sức sáng tạo trong bếp, biến mỗi bữa ăn thành một tác phẩm nghệ thuật.

Cuốn sách dạy nấu ăn là sự tôn vinh các mùa, vì các loài hoa khác nhau nở vào những thời điểm khác nhau trong năm. Nó khuyến khích người đọc khám phá các khu chợ địa phương, khu vườn hoặc thậm chí sân sau của chính họ để khám phá vô số loại hoa ăn được có sẵn. Khi làm như vậy, nó thúc đẩy mối liên hệ sâu sắc hơn với thiên nhiên và đánh giá cao những gì nó mang lại.

Khi lật qua các trang của "Sách dạy nấu ăn hoàn chỉnh về nụ và hoa", bạn sẽ khám phá ra sự kết hợp hài hòa giữa các hương vị mà những loài hoa ăn được mang lại trên bàn ăn. Mỗi công thức là một bản giao hưởng được chế tác cẩn thận, cân bằng giữa vị ngọt tinh tế của hoa với vị mặn và thơm, tạo nên một trải nghiệm ẩm thực đánh thức mọi giác quan.

Cho dù bạn đang chuẩn bị một bữa tối lãng mạn, tổ chức một bữa tiệc ngoài vườn hay chỉ đơn giản là muốn thêm chút sang trọng cho bữa ăn hàng ngày của mình, cuốn sách nấu ăn này đều cung cấp nhiều công thức nấu ăn đa dạng phù hợp với mọi dịp. Đó là lời mời khám phá tiềm năng ẩm thực của hoa, biến căn bếp của bạn thành thiên đường đầy hương thơm và hương vị.

BỮA SÁNG VÀ BỮA TRƯA

1.Ốp lết hoa bí xanh

THÀNH PHẦN:
- 2 muỗng canh dầu hạt cải
- 2-3 tép tỏi băm
- ½ chén hành tây xắt nhỏ
- ¼ chén ớt đỏ xắt nhỏ
- 12 bông hoa bí xanh, rửa sạch và phơi khô
- 1 muỗng canh húng quế tươi xắt nhỏ
- ½ muỗng canh lá oregano tươi cắt nhỏ
- 4 quả trứng
- Muối và tiêu

HƯỚNG DẪN:
a) Làm nóng lò ở nhiệt độ 400 độ F.
b) Trong chảo chịu nhiệt, đun nóng dầu hạt cải.
c) Thêm tỏi, hành tây và ớt đỏ.
d) Xào khoảng một phút.
e) Thêm hoa bí xanh vào và nấu, thỉnh thoảng khuấy trong khoảng 10 phút cho đến khi chúng có màu nâu nhạt.
f) Thêm húng quế và lá oregano. Khuấy đều để trộn đều.
g) Trong một cái bát, đánh trứng với muối và hạt tiêu cho vừa ăn. Khuấy vào rau.
h) Giảm nhiệt và nấu cho đến khi trứng vừa chín. Cho khay vào lò nướng và nướng cho đến khi chín khoảng 15-20 phút.
i) Cắt thành nêm và phục vụ. Có thể phục vụ ở nhiệt độ nóng hoặc nhiệt độ phòng.

2.Trứng Nhồi Với Cây sen cạn

THÀNH PHẦN:
- 2 quả trứng luộc chín
- 4 cái nhỏ Lá sen cạn và thân mềm, cắt nhỏ
- 2 bông hoa sen cạn, cắt thành dải hẹp
- 1 nhánh ngò tươi, cắt nhỏ
- 1 nhánh mùi tây Ý tươi, lá thái nhỏ
- 1 củ hành lá, phần trắng và xanh nhạt
- Dầu ô liu nguyên chất
- Muối biển mịn, vừa miệng
- Tiêu đen, xay thô, vừa ăn
- Lá sen cạn và hoa sen cạn

HƯỚNG DẪN:

a) Luộc trứng trong nước sôi cho đến khi lòng đỏ đặc lại, không để lâu nữa.
b) Cắt mỗi quả trứng làm đôi theo chiều dọc và cẩn thận loại bỏ lòng đỏ. Đặt lòng đỏ vào một cái bát và thêm lá, thân và hoa cây sen cạn cũng như rau mùi tây, rau mùi tây và hành lá cắt nhỏ.
c) Nghiền bằng nĩa, thêm lượng dầu ô liu vừa đủ để tạo thành hỗn hợp sệt.
d) Nêm muối biển và tiêu cho vừa ăn
e) Lòng trắng trứng muối nhẹ
f) Nhẹ nhàng lấp đầy các lỗ rỗng bằng hỗn hợp lòng đỏ-thảo mộc.
g) Rắc chút tiêu lên trên.
h) Xếp lá sen cạn ra đĩa và đặt trứng nhồi lên trên.
i) Trang trí bằng hoa sen cạn.

3. Trứng ốp lết hoa xanh nướng

THÀNH PHẦN:
- 4 quả trứng
- 4 thìa sữa
- Muối và hạt tiêu cho vừa ăn
- 2 thìa hẹ băm
- 3 thìa bơ
- 1 chục hoa hẹ

HƯỚNG DẪN:

a) Đun chảy bơ trong chảo rán rồi cho các nguyên liệu còn lại vào máy xay sinh tố rồi đổ vào chảo nóng đã phết bơ.

b) Khi các cạnh của món trứng ốp la bắt đầu đông lại, hãy giảm nhiệt độ một chút và dùng thìa lật những quả trứng chưa nấu chín xuống đáy chảo cho đến khi chúng chín hẳn.

c) Rắc hoa đã rửa sạch lên trên mặt trứng rồi gấp trứng tráng lại và nấu thêm vài phút nữa. Phục vụ.

4. Bánh crepe mơ-oải hương

THÀNH PHẦN:
- 1½ thìa bơ
- ½ cốc sữa
- 1½ muỗng canh dầu đậu phộng
- 6½ thìa bột mì đa dụng
- 1 muỗng canh Đường, hào phóng
- 1 quả trứng
- ⅓ muỗng cà phê Hoa oải hương tươi
- 14 Quả mơ khô Thổ Nhĩ Kỳ
- 1 cốc rượu vang Riesling
- 1 ly nước
- 1½ thìa cà phê vỏ cam, bào nhỏ
- 3 thìa mật ong
- ½ cốc rượu vang Riesling
- ½ cốc nước
- 1 cốc đường
- 1 muỗng canh vỏ cam
- ½ thìa vỏ chanh
- 1 thìa cà phê hoa oải hương tươi
- 1 nhúm kem tartar
- Kem tươi có hương vị, tùy chọn
- Cành hoa oải hương, để trang trí

HƯỚNG DẪN:
BÁNH CREPE
a) Làm tan bơ trên lửa vừa.
b) Tiếp tục đun nóng cho đến khi bơ có màu nâu nhạt.
c) Thêm sữa và đun nóng nhẹ.
d) Chuyển hỗn hợp vào một cái bát. Đánh đều các nguyên liệu còn lại cho đến khi mịn.
e) Làm lạnh trong một giờ hoặc hơn.
f) Nấu bánh crepe, dùng màng bọc thực phẩm hoặc giấy da xếp ở giữa để chống dính.
g) Làm lạnh trước khi dùng.

NHÂN MƠ
h) Kết hợp tất cả các thành phần trong một cái chảo.
i) Đun nhỏ lửa trong khoảng nửa giờ hoặc cho đến khi mơ mềm.
j) Nghiền hỗn hợp trong máy xay thực phẩm cho đến khi gần như mịn. Mát mẻ.

SỐT RIESLING
k) Kết hợp tất cả các thành phần trong một cái chảo.
l) Đun sôi, khuấy đều cho đến khi đường tan.
m) Dùng bàn chải nhúng vào nước lạnh chải các thành chảo để tránh bị kết tinh.
n) Nấu, thỉnh thoảng chải xuống ở nhiệt độ 240 độ F. trên nhiệt kế kẹo.
o) Tắt bếp và nhúng đáy nồi vào nước đá để ngừng nấu.
p) Sự ớn lạnh.

PHỤC VỤ
q) Cuộn 3 thìa nhân vào bên trong mỗi chiếc bánh crepe, mỗi phần cho phép hai chiếc bánh crepe.
r) Xếp bánh crepe bên trong đĩa nướng bơ.
s) Dùng giấy bạc phết bơ bên trong bọc lại. Đun nóng trong lò nướng F. 350 độ.
t) Chuyển bánh crepe vào đĩa phục vụ. Múc nước sốt lên trên và xung quanh bánh crepe.
u) Trang trí với kem đánh bông nếu muốn và nhánh hoa oải hương.

5. Trứng Với Hoa Hẹ

THÀNH PHẦN:
- 2 muỗng canh dầu ô liu
- 3 nhánh hẹ có hoa hẹ
- 2 quả trứng
- Muối kosher
- 1 bánh muffin kiểu Anh nhiều loại ngũ cốc hoặc 2 lát bánh mì

HƯỚNG DẪN:
a) Trong chảo, đun nóng dầu ô liu.
b) Xé nhỏ hẹ và hoa thành từng miếng từ 2 đến 3 inch rồi cho vào dầu ô liu đun nóng trong 30 giây.
c) Đập trứng vào chảo, rắc muối kosher và tiếp tục nấu cho đến khi lòng trắng trứng chín nhưng lòng đỏ vẫn chảy khoảng 3 phút.
d) Trong khi đó, nướng bánh nướng xốp kiểu Anh.
e) Khi trứng chín, xếp chúng lên hai nửa bánh muffin kiểu Anh và ăn bằng dao và nĩa.

6. Yến mạch cán nhỏ với hoa ăn được

THÀNH PHẦN:
- nước ép từ ½ quả chanh
- vỏ từ 1 quả chanh
- ¼ cốc đường
- 1 lòng đỏ trứng
- 2 thìa bơ cắt thành miếng nhỏ
- ¼ cốc sữa chua Hy Lạp
- ½ chén hạnh nhân nướng
- ½ cốc quả việt quất
- ½ cốc ngũ cốc
- Pansies, cây sen cạn và hoa cẩm chướng

HƯỚNG DẪN:
a) Cho nước cốt chanh, vỏ chanh, đường và lòng đỏ trứng vào nồi.
b) Nấu, khuấy liên tục bằng thìa gỗ cho đến khi đặc lại.
c) Khi đã sẵn sàng, đặt nó sang một bên và thêm bơ vào rồi cắt thành từng miếng. Khuấy cho đến khi bơ tan chảy và để nguội. Khi trời lạnh thêm sữa chua vào và trộn đều.
d) Nướng hạnh nhân trong chảo rán với một muỗng cà phê dầu.
e) Khi tất cả nguyên liệu đã sẵn sàng, bắt đầu xếp từng lớp nguyên liệu.
f) Bắt đầu với Yến mạch cán nhỏ, sau đó là một nửa các loại hạt, hỗn hợp sữa chua-chanh, quả mọng và phần còn lại của các loại hạt, phủ phần còn lại của hỗn hợp sữa chua và trang trí bằng những bông hoa ăn được.

7. Trứng bác kem với hoa ăn được

THÀNH PHẦN:
- 12 quả trứng
- ½ cốc kem nhạt
- 2 thìa cà phê lá ngò tươi cắt nhỏ
- 2 thìa cà phê lá ngải giấm tươi xắt nhỏ
- 2 muỗng cà phê lá mùi tây tươi xắt nhỏ
- 2 muỗng cà phê hẹ tươi xắt nhỏ
- Muối và hạt tiêu đen mới đập
- 4 muỗng canh bơ không muối
- 8 ounce phô mai dê, vụn
- Một số ít hoa ăn được
- Nhánh mùi tây tươi, để trang trí
- bánh mì lúa mạch đen nướng

HƯỚNG DẪN:

a) Trong một tô trộn, đánh trứng, kem, ngò rí, ngải giấm, mùi tây, hẹ và một ít muối và tiêu.

b) Trong chảo không dính, làm tan chảy bơ, thêm trứng vào và khuấy trên lửa nhỏ cho đến khi trứng bắt đầu đông lại.

c) Trong chảo, khuấy phô mai dê và tiếp tục nấu nhanh, thỉnh thoảng vẫn khuấy cho đến khi phô mai tan chảy. Thêm những bông hoa ăn được.

d) Để phục vụ, hãy múc một ít trứng lên bánh mì lúa mạch đen và đặt lên đĩa với một nhánh rau mùi tây ở trên để trang trí.

e) Phục vụ ngay lập tức.

8.bánh Hoa păng-xê

THÀNH PHẦN:
- 1^1/$_2$ cốc sữa
- ^{1}/$_2$ cốc nước
- 1 thìa đường
- ^{1}/$_4$ thìa cà phê muối
- 3 muỗng canh bơ không muối, tan chảy
- ^{1}/$_2$ cốc bột kiều mạch
- ^{3}/$_4$ cốc bột mì đa dụng
- 3 quả trứng
- 12 bông hoa păng-xê
- Xi-rô đơn giản hoặc xi-rô hoa thuộc bất kỳ loại nào, để phủ lên trên, nếu muốn

HƯỚNG DẪN:
a) Cho tất cả nguyên liệu trừ hoa păng-xê vào máy xay. Xay đến khi mịn.
b) Để trong tủ lạnh ít nhất 2 giờ và qua đêm.
c) Để bột đạt nhiệt độ phòng trước khi chiên. Lắc kỹ.
d) Làm nóng chảo chống dính, làm tan chảy bơ.
e) Nhấc chảo ra khỏi bếp và đổ ¼ cốc bột vào giữa, nghiêng và xoay chảo để bột dàn đều và nhanh. Trở lại nhiệt.
f) Sau khoảng 1 phút, rắc hoa pansies.
g) Dùng thìa để nới lỏng các cạnh của bánh crepe khỏi các cạnh của chảo.
h) Lật bánh crepe và nấu thêm 30 giây nữa.
i) Xoay hoặc trượt nó lên đĩa phục vụ. Lặp lại với các pin còn lại.

9.Hoa Quyền lực BrazilAçaí Cái bát

THÀNH PHẦN:
DÀNH CHO AÇAÍ
- 200g açaí đông lạnh
- ½ quả chuối đông lạnh
- 100ml nước dừa hoặc sữa hạnh nhân

đứng đầu
- Yến mạch cán nhỏ
- Hoa ăn được
- ½ quả chuối, xắt nhỏ
- ½ thìa mật ong nguyên chất
- Những hạt lựu
- Dừa nạo
- Hạt hồ trăn

HƯỚNG DẪN:
a) Đơn giản chỉ cần thêm açaí và chuối vào máy xay thực phẩm hoặc máy xay sinh tố và xay cho đến khi mịn.
b) Tùy thuộc vào mức độ mạnh mẽ của máy, bạn có thể phải thêm một chút chất lỏng để tạo thành dạng kem. Bắt đầu với 100ml và thêm nhiều hơn nếu cần.
c) Đổ ra tô, thêm topping và thưởng thức!

10.Bữa sáng khoai lang với sữa chua trà dâm bụt

THÀNH PHẦN:
- 2 củ khoai lang tím

ĐỐI VỚI Yến mạch cán nhỏ:
- 2 ½ chén yến mạch
- 2 thìa cà phê nghệ khô
- 1 thìa cà phê quế
- 1 muỗng canh vỏ cam quýt
- ¼ cốc mật ong
- ¼ chén dầu hướng dương
- ½ chén hạt bí ngô
- Một chút xíu muối

DÀNH CHO SỮA CHUA:
- 1 cốc sữa chua Hy Lạp nguyên chất
- 1 muỗng cà phê si-rô phong
- 1 túi trà dâm bụt
- hoa ăn được, để trang trí

HƯỚNG DẪN:
a) Làm nóng lò ở nhiệt độ 425 độ và dùng nĩa chọc đều khắp khoai tây.
b) Bọc khoai tây trong giấy thiếc và nướng trong 45 phút đến một giờ.
c) Di chuyển ra khỏi lò và để nguội.

ĐỐI VỚI Yến mạch cán nhỏ:
d) Hạ nhiệt độ lò xuống 250 độ và lót khay nướng bằng giấy da.
e) Kết hợp tất cả các thành phần Yến mạch cán nhỏ trong một bát trộn và khuấy cho đến khi mọi thứ được phủ mật ong và dầu.
f) Chuyển sang khay nướng đã lót giấy nến và trải đều nhất có thể.
g) Nướng trong 45 phút, khuấy đều 15 phút một lần hoặc cho đến khi Yến mạch cán nhỏ chuyển sang màu nâu.
h) Di chuyển ra khỏi lò và để nguội.

DÀNH CHO SỮA CHUA:
i) Pha trà dâm bụt theo hướng dẫn trên túi trà và để nguội.
j) Khi ở nhiệt độ phòng, đánh xi-rô cây phong và trà vào sữa chua cho đến khi đạt được kết cấu mịn và dạng kem với sắc hơi hồng.

ĐỂ LẮP RÁP:
k) Cắt đôi khoai tây và rắc Yến mạch cán nhỏ, sữa chua có hương vị và hoa ăn được lên trên để trang trí.

11.Bát sinh tố xoài

THÀNH PHẦN:
- 1,5 chén xoài đông lạnh
- ½ cốc sữa chua Hy Lạp vị vani hoặc dừa
- ½ cốc nước cốt dừa nguyên chất béo hoặc ít béo
- 2 muỗng bột protein collagen không hương vị tùy chọn
- 1 muỗng cà phê dầu dừa
- 1 muỗng cà phê mật ong truyền hoặc thường xuyên
- ⅛ thìa cà phê gừng xay
- ⅛ muỗng cà phê bột nghệ
- ⅛ muỗng cà phê tiêu đen xay tùy chọn

HƯỚNG DẪN:

a) Cho xoài, sữa chua, nước cốt dừa, collagen, mật ong, dầu và gừng vào máy xay.
b) Trộn ở tốc độ cao trong 1 phút hoặc cho đến khi mịn mượt.
c) Trang trí thêm xoài và hoa ăn được nếu muốn.

MÓN ĂN VÀ MÓN KHAI THÁC

12. Bánh mì trà hoa ăn được

THÀNH PHẦN:
- ½ chén các loại hoa ăn được như hoa tử đinh hương, hoa mẫu đơn, hoa cúc vạn thọ, hoa hồng, hoa cẩm chướng, hoa hồng và hoa oải hương
- 4 ounce phô mai kem mềm
- Bánh mì đen cắt lát mỏng

HƯỚNG DẪN:
a) Bẻ hoa và trộn chúng với phô mai kem.
b) Trải trên bánh mì.

13. Cây sen cạn nhồi bông

THÀNH PHẦN:
- Hoa sen cạn, mỗi người khoảng 4 bông, rửa sạch và phơi khô
- Phô mai kem 8 ounce, nhiệt độ phòng
- 1 tép tỏi, băm nhuyễn
- ½ thìa hẹ tươi
- 1 muỗng canh húng chanh tươi hoặc húng chanh, xắt nhỏ

HƯỚNG DẪN:
a) Trộn kỹ kem phô mai với các loại thảo mộc.
b) Cẩn thận đặt 1-2 thìa cà phê hỗn hợp vào giữa bông hoa bằng thìa hoặc túi đựng bánh ngọt.
c) Thư giãn cho đến khi phục vụ.

14.Xa lát khai vị tôm Cây sen cạn

THÀNH PHẦN:
- 2 thìa nước cốt chanh tươi
- ¼ chén dầu ô liu
- Muối và tiêu
- 1 chén tôm luộc, cắt nhỏ
- 2 thìa hành tây băm
- 1 quả cà chua, cắt hạt lựu
- 1 quả bơ, cắt hạt lựu
- Lá rau diếp
- 2 muỗng canh lá sen cạn cắt nhỏ
- Hoa sen cạn

HƯỚNG DẪN:
a) Trộn đều nước cốt chanh và dầu. Nêm với muối và hạt tiêu.
b) Thêm hành tây và tôm và trộn. Để yên trong 15 phút.
c) Thêm cà chua, bơ và lá sen cạn cắt nhỏ.
d) Gò trên lá rau diếp và bao quanh là toàn bộ hoa sen cạn tươi.

15. Bánh rán hoa bồ công anh

THÀNH PHẦN:
- 1 cốc bột mì nguyên cám
- 2 muỗng canh dầu ô liu
- 2 thìa cà phê bột nở
- 1 chén hoa bồ công anh sạch sẽ không bị xịt
- 1 nhúm muối
- 1 quả trứng
- Xịt dầu thực vật không có sẵn
- ½ cốc sữa ít béo -hoặc-nước

HƯỚNG DẪN:

a) Trong một bát trộn đều bột mì, bột nở và muối. Trong một bát riêng, đánh trứng, sau đó trộn với sữa hoặc nước và dầu ô liu. Kết hợp với hỗn hợp khô.

b) Khuấy hoa màu vàng cẩn thận, chú ý không làm nát chúng. Xịt nhẹ dầu thực vật lên vỉ nướng hoặc chảo rán. Đun nóng cho đến khi ấm hoàn toàn.

c) Đổ từng thìa bột vào vỉ nướng và nấu như bánh kếp.

16. Bánh ngô & cúc vạn thọ

THÀNH PHẦN:
- 8 ounce hạt ngô ngọt
- 4 muỗng canh kem đặc
- 1 thìa bột mì
- ½ muỗng cà phê bột nở
- Muối biển
- tiêu sọ
- 1 muỗng canh cánh hoa cúc vạn thọ
- 1 muỗng canh dầu hướng dương hoặc hơn

HƯỚNG DẪN:

a) Cho ngô ngọt vào tô và rưới kem lên. Rây bột mì và bột nở vào, nêm nếm vừa ăn. Khuấy cánh hoa cúc vạn thọ.

b) Đặt một chiếc chảo rán lớn và nặng trên lửa cao và đổ dầu vào. Thả từng thìa hỗn hợp chiên vào dầu và chiên cho đến khi vàng đều hai mặt, quay một lần. Dùng thìa ấn phẳng hỗn hợp để tạo hiệu ứng ren ở các cạnh.

c) Nấu từng bó bánh rán cho đến khi hết hỗn hợp, thêm dầu vào chảo nếu cần.

d) Ăn nóng với rau xanh hoặc Xa lát nóng, bánh mì nâu và bơ.

17. Chả giò hoa ăn được

THÀNH PHẦN:
NEM RÁN
- 8 củ cải , thái thành dải
- 5 củ hành xanh , cắt thành dải
- ½ quả dưa chuột , cắt thành dải
- ½ quả ớt chuông đỏ , cắt thành dải
- ½ quả ớt chuông vàng , cắt thành dải
- 1 quả bơ , cắt thành dải
- ½ chén rau thơm tươi , xắt nhỏ
- ½ chén hoa ăn được còn nguyên
- 9 gói bánh tráng nem

NƯỚC XỐT
- 3 muỗng canh bơ hạnh nhân
- 1 muỗng canh nước tương
- 1 muỗng canh nước cốt chanh
- 1 thìa mật ong
- 1 thìa cà phê gừng xay
- 1 muỗng canh nước nóng

HƯỚNG DẪN:
a) Kết hợp tất cả các thành phần nước sốt trong một cái bát .
b) Đổ đầy nước nóng vào một đĩa nông. Làm từng cái một, nhẹ nhàng đặt bánh tráng vào nước nóng trong khoảng 15 giây hoặc cho đến khi mềm và dẻo.
c) Di chuyển giấy đến một bề mặt ẩm ướt .
d) Thực hiện nhanh chóng, xếp nhân trên bánh tráng thành một hàng dài hẹp, mỗi bên khoảng 2 inch.
e) Gấp các cạnh của bánh tráng lên trên gò đất rồi cuộn nhẹ.
f) Bọc chả giò đã hoàn thành trong một chiếc khăn giấy ẩm cho đến khi ăn.
g) Ăn kèm với nước chấm bơ hạnh nhân, tùy ý cắt đôi để dùng.

18.Bánh Keo Hoa Rán

THÀNH PHẦN:
- ½ chén bột mì thường
- ½ muỗng cà phê bột nở tùy chọn
- ½ cốc bia
- 10 bông hoa keo mới hái
- 1 muỗng canh đường nâu
- ½ quả chanh
- dầu thực vật để chiên

HƯỚNG DẪN:
a) Lắc và kiểm tra hoa keo của bạn để loại bỏ bụi bẩn hoặc bọ nhỏ.
b) Làm bột bằng cách kết hợp bột mì và bia.
c) Đánh thật kỹ cho đến khi mịn, bạn sẽ có một khối bột lỏng, hơi đặc.
d) Giữ cuống hoa nhúng hoa vào bột và để phần thừa chảy ra.
e) Làm nóng chảo rán, cho lượng dầu vừa đủ ngập đáy chảo.
f) Chiên bánh rán cho đến khi mặt dưới có màu vàng nâu thì lật lại và lặp lại.
g) Thêm dầu nếu bạn cần nấu một mẻ khác.
h) Ăn ngon nhất ngay sau khi nấu.
i) Rắc đường nâu và một chút chanh.

19.Phô Mai Dê Với Hoa Ăn Được

THÀNH PHẦN:
- 4 ounce phô mai dê đã được làm mềm
- vỏ chanh bào mịn 1 quả chanh
- 2 muỗng cà phê lá húng tây tươi
- lá húng tây tươi và nhánh để trang trí
- hoa ăn được để trang trí, tùy chọn
- mật ong để pha mưa phùn, tùy chọn
- bánh quy giòn để phục vụ

HƯỚNG DẪN:
a) Lót bát hoặc ramekin bằng màng bọc thực phẩm.
b) Cố gắng có ít nếp nhăn nhất có thể trên màng bọc thực phẩm. Để qua một bên.
c) Cho phô mai dê đã làm mềm, vỏ chanh và nhánh húng tây vào tô rồi khuấy đều.
d) Thêm hỗn hợp phô mai dê vào tô đã chuẩn bị sẵn và dùng mặt sau của thìa, gói hỗn hợp xuống để loại bỏ túi khí.
e) Kéo lớp bọc nhựa thừa lên trên hỗn hợp phô mai và để trong tủ lạnh trong 30 phút .
f) Lấy ra khỏi tủ lạnh và đảo ngược hỗn hợp phô mai dê lên nơi phục vụ.
g) Loại bỏ màng bọc thực phẩm và trang trí theo ý muốn bằng lá húng tây tươi và/hoặc nhánh và/hoặc hoa và cánh hoa ăn được.
h) Ăn kèm với bánh quy giòn và một bát mật ong để rưới lên.

MÓN CHÍNH

20.Xa lát thịt bò Adobo với Salsa dâm bụt

THÀNH PHẦN:
- 1 muỗng canh dầu thực vật
- 2 miếng thịt thăn bò làm sạch
- ½ chén sốt Adobo
- ½ chén rượu trắng
- ¼ cốc đường
- ½ chén hoa dâm bụt, khô
- ½ chén gừng, gọt vỏ và thái hạt lựu
- Nước ép của 1 quả chanh
- 2 muỗng canh dầu óc chó
- 2 củ hẹ, thái hạt lựu
- 2 cốc quả mơ, thái hạt lựu
- 2 muỗng canh húng quế, xắt nhỏ
- 2 thìa bạc hà, xắt nhỏ
- 2 thìa cà phê muối biển
- 1 pound Rau xanh hỗn hợp, làm sạch
- 1 pound rau baby, cắt làm đôi theo chiều dài
- 3 nhánh húng quế

HƯỚNG DẪN:
NƯỚC SỐT CAY
a) Ngâm ớt trong nước nóng khoảng 15 phút rồi xay nhuyễn.
b) Ướp thịt bò với sốt adobo và dầu thực vật rồi bảo quản trong tủ lạnh.

ĐỂ LÀM SALSA
c) Cho rượu, đường, dâm bụt, gừng và chanh vào nồi rồi đun sôi.
d) Đặt sang một bên và ngâm trong ít nhất 15 phút.
e) Lọc qua rây mịn mà không cần ép, sau đó thêm dầu óc chó, đào, hẹ tây, húng quế và bạc hà rồi nêm muối.
f) Để qua một bên.
g) Trong chảo xào ở nhiệt độ cao, áp chảo thịt bò trong 45 giây đến 1 phút mỗi mặt.
h) Xào rau củ bé với nhánh húng quế trong dầu thực vật trong 2 phút và khử men trên chảo bằng 1 ounce dầu giấm.
i) Chia rau xanh vào giữa mỗi đĩa, đặt thịt bò lên trên, dùng thìa trộn rau và salsa xung quanh thịt bò và rau xanh.

21.Bánh Ravioli Hỗn Hợp Hoa Và Phô Mai

THÀNH PHẦN:
- 12 miếng hoành thánh
- 1 quả trứng đánh để gói bánh ravioli
- 1 chén cánh hoa hỗn hợp
- ⅓ cốc phô mai Ricotta
- ⅓ cốc phô mai Mascarpone
- 4 muỗng canh húng quế cắt nhỏ
- 1 muỗng canh hẹ xắt nhỏ
- 1 muỗng cà phê rau mùi xắt nhỏ
- ⅓ cốc lúa mì mềm rộng, vỡ vụn
- 1½ muỗng cà phê muối
- ½ muỗng cà phê tương ớt đỏ
- 12 bông hoa păng xê

HƯỚNG DẪN:

a) Trộn tất cả các thành phần, ngoại trừ toàn bộ pansies. Để chuẩn bị, đặt vỏ hoành thánh phẳng trên một bề mặt.

b) Đặt l ½ thìa cà phê nhân vào giữa vỏ hoành thánh, phủ 1 bông hoa păng-xê lên trên.

c) Làm ẩm các cạnh bằng trứng đánh và phủ một lớp hoành thánh khác.

d) Nấu bằng cách đun sôi trong nước hoặc nước luộc rau trong khoảng 1 phút rưỡi.

e) Ăn trong tô với nước dùng cà chua-húng quế.

22.Lasagna bồ công anh

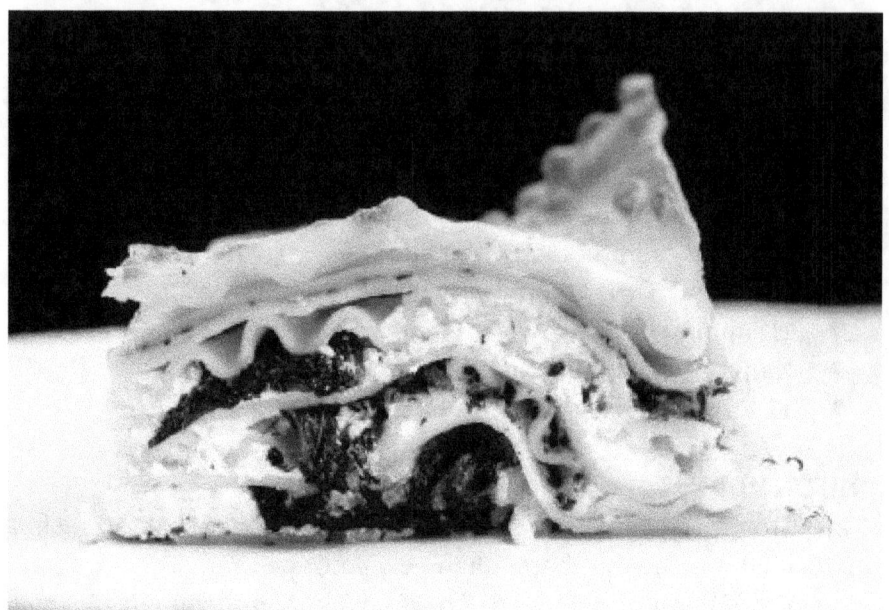

THÀNH PHẦN:
- 2 lít nước
- 2 pound lá bồ công anh
- 2 tép tỏi
- 3 muỗng canh mùi tây cắt nhỏ, chia
- 1 thìa húng quế
- 1 thìa cà phê lá oregano
- ½ cốc mầm lúa mì
- 3 chén sốt cà chua
- 6 ounce bột cà chua
- 9 Mì lasagna làm từ lúa mì nguyên hạt
- 1 muỗng cà phê dầu ô liu
- 1 pound phô mai Ricotta
- 1 chút ớt cayenne
- ½ cốc phô mai Parmesan, bào nhỏ
- ½ pound phô mai Mozzarella, thái lát

HƯỚNG DẪN:

a) Đun sôi nước, cho bồ công anh vào nấu cho đến khi mềm. Loại bỏ bồ công anh bằng thìa có rãnh và dự trữ nước.
b) Cho bồ công anh vào máy xay cùng với tỏi và 1 thìa rau mùi tây, húng quế và lá oregano.
c) Trộn kỹ, nhưng cẩn thận không để hóa lỏng.
d) Thêm mầm lúa mì, hai chén nước sốt cà chua và bột cà chua.
e) Trộn vừa đủ để trộn kỹ và bảo quản hỗn hợp.
f) Đun sôi nước lần nữa. Thêm lasagna và dầu ô liu. Nấu ăn ngon. Xả và dự trữ.
g) Trộn phô mai ricotta, ớt cayenne và 2 thìa còn lại. mùi tây, dự trữ.
h) Bơ nhẹ bơ vào đáy chảo nướng 9 x 13".
i) Xếp 3 sợi mì lasagna cạnh nhau làm lớp đầu tiên. Phủ ⅓ nước sốt bồ công anh, sau đó là ½ phô mai ricotta.
j) Lắc một ít phô mai Parmesan lên ricotta và phủ nó bằng một lớp lát mozzarella. Lặp lại.
k) Xếp 3 sợi mì lasagna cuối cùng và ⅓ nước sốt bồ công anh cuối cùng. Che phủ với Parmesan và mozzarella còn lại và một cốc nước sốt cà chua.
l) Nướng ở 375 F. trong 30 phút.

23. Thịt cừu và Purslane với đậu xanh

THÀNH PHẦN:
- 3 muỗng canh dầu ô liu
- 1 củ hành tây, thái hạt lựu
- 1 muỗng canh rau mùi đất
- ½ muỗng canh thì là xay
- 1 kg thịt cừu nạc, thái hạt lựu
- 1 ½ muỗng canh bột cà chua
- 30 gram Tương ớt đỏ
- ½ chén đậu lăng xanh ngâm qua đêm
- ¾ chén đậu gà ngâm qua đêm
- ½ chén đậu mắt đen, ngâm qua đêm
- ½ cốc bulgar thô
- 4 tép tỏi, băm nhỏ
- 4 cốc nước luộc rau
- 1 kg Purslane, cải xoong hoặc củ cải đường, rửa sạch và cắt nhỏ
- Muối biển cho vừa ăn
- 2 quả chanh, chỉ lấy nước cốt
- 4 muỗng canh dầu ô liu
- 1 muỗng cà phê ớt mảnh
- 2 thìa cà phê bạc hà khô

HƯỚNG DẪN:

a) Đun nóng dầu ô liu cho đến khi bốc khói rồi cho hành tây vào xào cho đến khi vàng.

b) Thêm rau mùi và thì là vào trộn nhanh với hành tây cho đến khi có mùi thơm rồi cho thịt cừu vào nấu trên lửa lớn cho đến khi thịt chín bên ngoài, khoảng 5 phút.

c) Thêm đậu lăng, đậu xanh và đậu mắt đen vào đun nhỏ lửa trong 25 phút.

d) Thêm tỏi và bulgar vào trộn đều, thêm 2 cốc nước rồi tiếp tục đun nhỏ lửa trong khoảng 20 phút.

e) Nêm nếm vừa ăn rồi thêm rau xanh xắt nhỏ vào rồi trộn đều để rau héo, nấu thêm hai phút nữa.

f) Để làm dầu có hương vị, đun nóng dầu với ớt và bạc hà cho đến khi dầu bắt đầu kêu xèo xèo.

g) Để phục vụ, hãy chia món thịt hầm ra các món ăn và rưới khoảng một thìa dầu nóng lên trên.

24. Cá nướng lá bạc hà với cúc vạn thọ Mexico

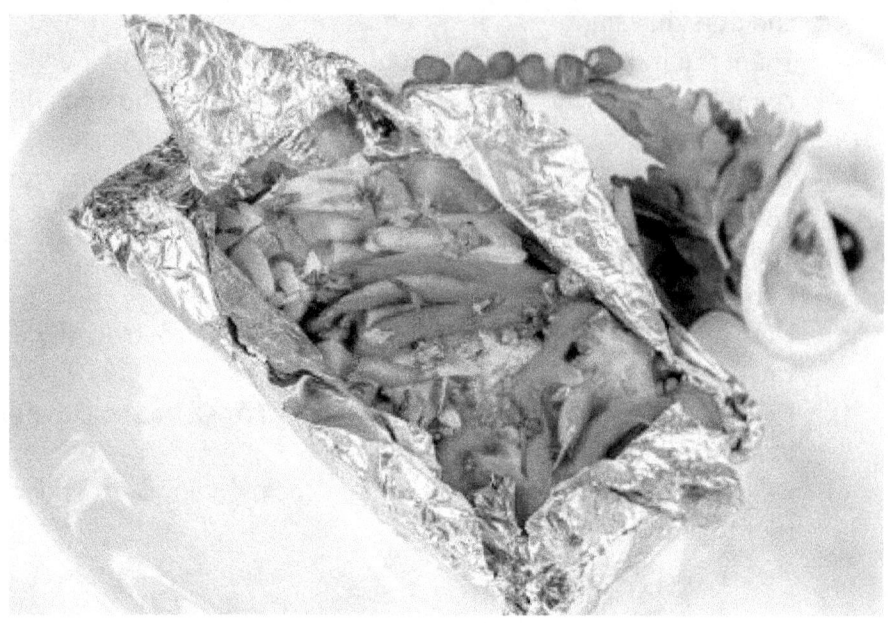

THÀNH PHẦN:
- 1 pound phi lê cá tươi
- Những lát chanh mỏng
- Bơ, để nếm thử
- Muối và hạt tiêu cho vừa ăn
- 1 chén lá bạc hà Mexico cắt nhỏ

HƯỚNG DẪN:
a) Đặt phi lê cá lên một miếng giấy nhôm hoặc giấy da đã phết bơ.
b) Cắt các miếng phi lê với khoảng cách 2 inch và nhét một lát chanh mỏng vào mỗi miếng cắt. Chấm cá với bơ, muối và hạt tiêu, sau đó rắc lá cúc vạn thọ bạc hà Mexico.
c) Gấp đôi mép giấy bạc để dán kín, gấp giấy da xung quanh con cá theo kiểu chữ, sau đó lộn hai đầu bên dưới.
d) Nướng gói không quá 20 phút trong lò nướng 350 F. đã làm nóng trước.
e) Cá chín khi bong ra dễ dàng.

25. Những con bướm với rau và hoa oải hương

THÀNH PHẦN:
- ½ pound mì ống, chẳng hạn như Những con bướm, orecchiette hoặc gemelli
- 2 hoặc 3 tép tỏi, thái lát mỏng hoặc nghiền nát
- 2 quả bí xanh hoặc bí mùa hè, cắt nhỏ
- 2 củ cà rốt, gọt vỏ và cắt nhỏ
- 1 quả ớt chuông, bỏ lõi
- 3 muỗng canh dầu ô liu nguyên chất
- 1 thìa cà phê hoa oải hương tươi hoặc khô, cộng thêm để trang trí
- Muối và hạt tiêu đen mới xay

HƯỚNG DẪN:
a) Đun sôi một nồi nước và cho muối vào. Thêm mì ống và nấu cho đến khi al dente.
b) Trong khi đó, cắt mỏng rau bằng máy xay thực phẩm, đàn mandolin hoặc dao.
c) Đổ dầu ô liu vào chảo chưa đun nóng và thêm tỏi.
d) Nấu tỏi cho đến khi nó bắt đầu chuyển sang màu vàng, thỉnh thoảng khuấy đều.
e) Khi tỏi chuyển sang màu vàng thì cho rau vào. Rắc muối và hạt tiêu rồi thêm hoa oải hương vào, bóp nát hoa trong đầu ngón tay để tỏa hương thơm.
f) Nấu, thỉnh thoảng khuấy cho đến khi rau vừa mềm, chỉ khoảng 5 phút.
g) Hy vọng món mì cũng gần chín cũng như rau củ sắp chín.
h) Xả mì ống, để lại một ít nước nấu.
i) Thêm mì ống vào rau và tiếp tục nấu, thêm nước nếu cần thiết để giữ ẩm cho hỗn hợp.
j) Khi mì và rau mềm nhưng không nhão, hãy điều chỉnh gia vị thêm muối và tiêu.
k) Trang trí với một vài bông hoa oải hương.

26. Pasta cây tầm ma với Parmesan thuần chay

THÀNH PHẦN:
- ½ pound mì ống
- 2,5 ounce lá và ngọn cây tầm ma tươi
- 3 muỗng canh dầu ô liu
- 3 tép tỏi, băm nhỏ
- 1 củ hành tây, thái hạt lựu
- 1 muỗng cà phê mùi tây khô
- ½ muỗng cà phê húng tây khô
- ½ muỗng cà phê húng quế khô
- 1/3 chén atisô, xắt nhỏ
- ½ chén phô mai parmesan thuần chay, bào
- Muối và hạt tiêu cho vừa ăn
- Tùy chọn: 1 chén hoa tím hoặc hoa mù tạt tỏi

HƯỚNG DẪN:

a) Đun sôi một nồi nước, thêm muối và thêm mì ống vào. Khoảng 1 phút trước khi mì ống chín hẳn, bạn hãy cho cây tầm ma vào nước.

b) Đun nóng dầu trong chảo, cho tỏi và hành vào xào khoảng 5 phút. Nếu tỏi bắt đầu có màu nhanh chóng, hãy giảm lửa. Khuấy gia vị.

c) Trước khi xả mì và cây tầm ma, lấy ¼ cốc nước mì ống và cho vào chảo cùng hành tây.

d) Sau đó để ráo mì ống và cây tầm ma rồi cho vào nồi, cùng với trái atisô được trộn đều. Giảm nhiệt và thêm parmesan thuần chay, đảo lại cho đến khi phô mai tan chảy và phủ lên mì.

e) Nhấc mì ra khỏi bếp và trang trí bằng những bông hoa ăn được.

27. Rau Mùa Đông Và Gnocchi

THÀNH PHẦN:
- Gói 12 ounce bí ngô tươi cắt nhỏ
- 8 ounce nấm cremini, giảm một nửa
- 1 chén hành tây đông lạnh, rã đông
- 2 muỗng canh dầu ô liu nguyên chất
- 1½ muỗng cà phê muối kosher
- ¼ thìa cà phê tiêu đen
- Gói gnocchi khoai tây 16 ounce
- 2 muỗng canh bơ mặn, làm mềm
- 2 ounce phô mai Parmigiano-Reggiano, cắt nhỏ, chia
- Rau mùi tây lá phẳng tươi xắt nhỏ

HƯỚNG DẪN:
a) Làm nóng lò ở nhiệt độ 450°F, để chảo trong lò khi nó nóng trước.
b) Trộn bí đỏ, nấm, hành tây trân châu, dầu ô liu, muối và tiêu.
c) Múc hỗn hợp rau củ vào chảo nướng đã phết một ít dầu mỡ.
d) Nướng hỗn hợp rau cho đến khi bí mềm và có màu nâu khoảng 20 phút.
e) Chuẩn bị gnocchi theo hướng dẫn trên bao bì, dành 1 cốc nước nấu.
f) Lấy hỗn hợp rau ra khỏi lò. Khuấy gnocchi và bơ đã làm mềm.
g) Dần dần thêm tối đa 1 cốc nước nấu dành riêng, ¼ cốc mỗi lần, khuấy đều cho đến khi bắt đầu hình thành nước sốt hơi đặc.
h) Khuấy ¼ cốc phô mai cắt nhỏ.
i) Phủ ¼ cốc phô mai còn lại lên trên.
j) Chia đều hỗn hợp rau và bánh bao vào 4 bát.
k) Trang trí với rau mùi tây cắt nhỏ nếu muốn và dùng ngay.

SÚP

28.Súp lá lưu ly & cỏ lúa mì

THÀNH PHẦN:
- 1 muỗng canh bơ không muối
- 125 g hành lá, xắt nhỏ
- 200 g lá lưu ly, cắt nhỏ
- 125 g đậu Hà Lan tươi
- 1 l nước dùng gà hoặc rau
- 4 nhánh bạc hà tươi vườn
- Muối biển và hạt tiêu đen
- Dầu ô liu nguyên chất

PHỤC VỤ:
- 6 thìa khoai tây chiên nụ hoa tỏi rừng ngâm
- 4 quả trứng gà luộc mềm
- Một nắm hoa lưu ly
- Một nắm cỏ lúa mì micros
- Một ít đậu Hà Lan còn sống và mới bóc vỏ

HƯỚNG DẪN:

a) Trong nồi trên lửa nhỏ, làm tan bơ và nấu nhẹ hành lá trong khoảng năm phút hoặc cho đến khi hành mềm.

b) Thêm đậu Hà Lan và đun nhỏ lửa thêm một phút trước khi thêm lá cây lưu ly cắt nhỏ vào.

c) Đổ nước kho vào và tăng lửa để duy trì độ sôi nhẹ.

d) Khi nước sôi, cho lá bạc hà vào nấu thêm 5 phút nữa hoặc cho đến khi rau mềm nhưng hương vị vẫn đậm đà.

e) Muối và hạt tiêu cho vừa ăn, sau đó xay nhuyễn súp trong máy xay cho đến khi mịn.

f) Ăn ngay với bánh mì giòn.

29. Súp hoa bí

THÀNH PHẦN:
- 6 muỗng canh bơ không muối
- 2 củ hành tây, thái lát
- 1 thìa cà phê muối, hoặc nhiều hơn tùy khẩu vị
- ½ thìa cà phê tiêu đen mới xay
- 3 tép tỏi, thái lát
- 2 lít nước luộc rau
- 1 pound bí xanh hoặc hoa bí khác
- Mỗi bên một nửa
- ½ cốc phô mai Anejo bào
- 1 quả chanh, cắt 6 hoặc 8 miếng

HƯỚNG DẪN:
a) Trong nồi đun chảy bơ ở nhiệt độ vừa phải.
b) Xào hành với muối khoảng 5 phút.
c) Thêm tỏi và nấu thêm 1 đến 2 phút nữa. Đổ nước luộc rau hoặc nước vào.
d) Đun sôi, giảm nhỏ lửa và nấu trong 10 đến 12 phút. Sau đó cho hoa vào đun thêm 5 phút nữa.
e) Chuyển sang máy xay sinh tố hoặc máy chế biến thực phẩm và xay nhuyễn cho đến khi mịn.
f) Lọc qua lưới lọc lại vào nồi súp.
g) Đổ nửa rưỡi vào và đun sôi lại.
h) Nêm muối và tiêu cho vừa ăn.
i) Ăn nóng, trang trí với phô mai và chanh.

30. Súp sen cạn Chervil

THÀNH PHẦN:
- 2 lít, Nước
- Muối
- 2 cốc rau ngò tươi
- 1 cốc lá sen cạn
- 1 chén lá cải xoong
- 1 pound khoai tây gọt vỏ và cắt làm tư
- 1 cốc kem đặc
- 1 thìa bơ

HƯỚNG DẪN:
a) Trong nồi, đun sôi nước ở nhiệt độ cao.
b) Thêm muối, giảm nhiệt và thêm lá rau mùi, cây sen cạn, cải xoong và khoai tây.
c) Đun nhỏ lửa trong 1 giờ.
d) Nghiền súp trong máy xay thực phẩm hoặc máy xay thành nhiều mẻ.
e) Ngay trước khi dùng, khuấy đều kem và nếu súp nguội, hãy hâm nóng lại một cách nhẹ nhàng. Đặt bơ vào đáy liễn và đổ súp nóng lên trên.
f) Trang trí bằng lá cây sen cạn nếu muốn.

31.Bát hoa cúc châu Á

THÀNH PHẦN:
- 2 lít nước luộc gà
- ¾ muỗng canh dầu mè
- 2 thìa cà phê muối
- 4 ounce Sợi đậu Sợi giấy bóng kính
- 1 đầu bắp cải thái nhỏ
- 1 pound rau bina, tươi
- 2 ức gà rút xương
- 8 ounce gan gà
- 8 ounce thăn lợn
- 8 ounce cá trắng cứng
- 8 ounce tôm
- 1 cốc hàu
- 3 muỗng canh nước tương
- 2 thìa rượu Sherry
- 2 bông hoa cúc lớn

HƯỚNG DẪN:
a) Cắt tất cả các loại thịt và rau theo cách của Trung Quốc.
b) Cho nước luộc gà, dầu và muối vào nồi đun sôi.
c) Xếp mì và tất cả nguyên liệu sống một cách hấp dẫn lên đĩa.
d) Thêm rượu sherry và nước tương vào nước dùng đang sủi bọt.
e) Cung cấp cho khách đũa và bát ăn. mời khách thêm nguyên liệu vào nước dùng.
f) Chỉ nấu cho đến khi cá và tôm có màu đục.
g) Ngay trước khi khách tự phục vụ món ăn trong nồi, hãy rắc lá hoa cúc lên trên món súp đang sủi bọt.
h) Dọn súp vào bát.

32. Súp Đậu Đen & Hoa Hẹ

THÀNH PHẦN:
- 1 pound Đậu đen khô
- 1 Tb Bơ nhạt
- 1 chén hành rừng thái nhỏ
- 3 tép tỏi, bóc vỏ và
- 4 bánh ngô
- 1 chén dầu hướng dương
- ½ chén bột ngô xanh xay nhuyễn
- 1 thìa cà phê muối
- ¼ thìa cà phê Tiêu đen
- 10 cốc nước
- Hoa hẹ tím, hẹ cắt nhỏ và kem chua để trang trí

HƯỚNG DẪN:

a) Ngâm đậu qua đêm trong nước cho ngập đậu. Ngày hôm sau, để ráo đậu.
b) Đun chảy bơ trong chảo.
c) Thêm hành tây hoang dã và xào cho đến khi trong suốt, khoảng 3 phút.
d) Thêm tỏi, xào thêm 1 phút rồi thêm đậu đã ráo nước, muối, tiêu và 4 cốc nước.
e) Đun sôi trên lửa lớn, sau đó giảm nhiệt và đun nhỏ lửa, đậy nắp trong 30 phút, thỉnh thoảng khuấy để tránh đậu bị cháy.
f) Thêm 4 cốc nước nữa và nấu, không đậy nắp, thêm 30 phút nữa, thỉnh thoảng khuấy lại.
g) Thêm 2 cốc nước còn lại vào nấu trong 20 phút cho đến khi đậu mềm nhưng vẫn cứng. Trong khi đậu đang nấu, hãy chuẩn bị bánh tortilla.
h) Xếp bánh ngô lên bề mặt làm việc. Dùng dao sắc cắt bánh tròn thành 3 hình tam giác lồng vào nhau.
i) Đun nóng dầu trong chảo cho đến khi dầu thật nóng nhưng không bốc khói.
j) Cẩn thận đặt từng hình tam giác bánh tortilla vào dầu.
k) Để bánh ngô chín trong 30 giây và dùng nĩa lật bánh ngô lại, sau đó lặp lại quy trình với số bánh ngô còn lại.
l) Lấy khoai tây chiên ra khỏi dầu và nhúng một góc của từng khoai tây chiên vào bột ngô xanh.
m) Đặt trên khăn giấy để thấm bớt dầu thừa.
n) Trang trí súp với khoai tây chiên, hoa hẹ tím và hẹ cắt nhỏ.
o) Ăn nóng với kem chua ở bên cạnh.

33.Súp rau diếp Cây sen cạn

THÀNH PHẦN:
- 1 xà lách cos hoặc xà lách romaine
- 25 g hoa và lá sen cạn
- 25 g bơ
- 1 nhánh cần tây cắt nhỏ
- 1 củ hành tây xắt nhỏ
- 1 tép tỏi băm
- 500 ml nước luộc rau hoặc nước luộc gà
- 1 củ khoai tây gọt vỏ và cắt nhỏ
- 100 ml sữa hạnh nhân hoặc sữa khác tùy thích
- Muối và hạt tiêu cho vừa ăn

HƯỚNG DẪN:
a) Cắt nhỏ rau diếp và sen cạn rồi đặt sang một bên.
b) Đun chảy bơ trong chảo rồi xào hành tây và cần tây trong 5 phút, sau đó thêm tỏi vào nấu thêm 2 phút nữa.
c) Thêm rau diếp xắt nhỏ, sen cạn, khoai tây và kho vào đun nhỏ lửa trong 20 phút.
d) Đánh bằng máy xay sinh tố rồi thêm sữa và gia vị.
e) Dùng nóng hoặc lạnh và trang trí bằng hoa và cánh hoa sen cạn thái nhỏ ở trên.

34. Súp thì là với hoa ăn được

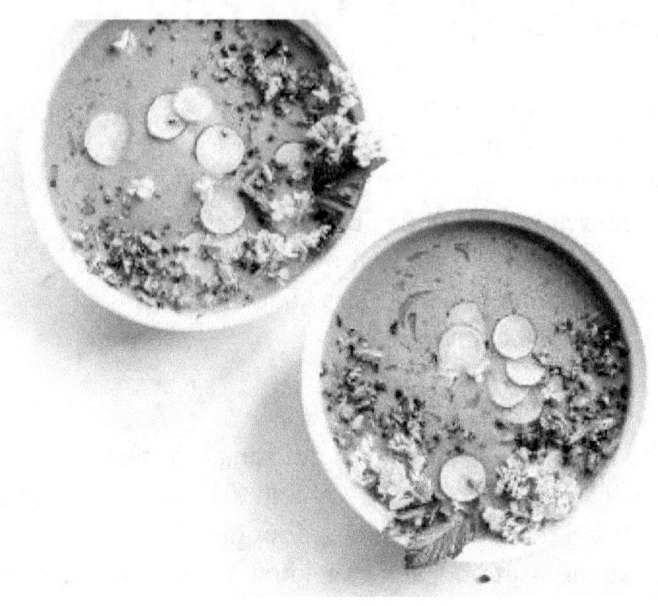

THÀNH PHẦN:
- 2 củ hẹ, thái nhỏ
- 2 tép tỏi, băm nhỏ
- 3 cây thì là, cắt thành từng phần và thái hạt lựu
- 200 gram khoai tây giàu tinh bột
- 2 muỗng canh dầu ô liu
- 800 ml nước luộc rau
- 100 ml kem tươi
- 2 muỗng canh Crème fraiche
- 2 centimet Vermouth
- muối
- ớt tươi xay
- 2 muỗng canh mùi tây, xắt nhỏ
- Hoa lưu ly để trang trí

HƯỚNG DẪN:
a) Cắt nhỏ một nửa số lá thì là và đặt phần lá còn lại sang một bên.
b) Gọt vỏ và thái hạt lựu khoai tây.
c) Đun nóng dầu trong chảo, cho hẹ và tỏi vào xào.
d) Thêm thì là và xào nhanh. Thêm nước dùng và khoai tây vào, đun sôi.
e) Giảm nhiệt xuống thấp và đun nhỏ lửa trong 20-25 phút.
f) Nghiền nhuyễn súp sau đó thêm kem, kem tươi, rau mùi tây và lá thì là cắt nhỏ.
g) Thêm vermouth, sau đó nêm muối và hạt tiêu cho vừa ăn.
h) Múc súp ra bát, trang trí với lá thì là và cây lưu ly còn lại rồi thưởng thức.

35.Súp đậu xanh hoa hẹ

THÀNH PHẦN:
- 1 muỗng canh dầu ô liu nguyên chất
- 2 lát bánh mì lúa mạch đen dày, cắt khối
- Muối biển và hạt tiêu mới xay
- Hẹ tươi với hoa để trang trí
- 2 ¾ chén nước luộc rau
- 10 ounce đậu Hà Lan tươi hoặc đông lạnh
- ¼ thìa cà phê bột wasabi hoặc bột nhão
- ¾ cốc sữa chua nguyên chất đầy đủ chất béo
- Dầu hoàn thiện cho mưa phùn

HƯỚNG DẪN:
a) Đun nóng dầu ô liu trong chảo.
b) Cho các khối bánh mì vào dầu, dùng kẹp hoặc thìa chịu nhiệt để nướng tất cả các mặt trong khoảng 4 phút. Nêm với muối và hạt tiêu.
c) Chuyển sang đĩa để nguội.
d) Kéo hoa hẹ ra khỏi lá hẹ và cắt nhỏ những chồi xanh.
e) Đun nước kho trong nồi súp trên lửa lớn cho đến khi sôi. Thêm đậu Hà Lan và nấu cho đến khi có màu xanh tươi và vừa chín trong 8 đến 10 phút.
f) Tắt bếp và sử dụng máy xay ngâm hoặc chuyển súp vào máy xay theo mẻ để chế biến cho đến khi mịn, khoảng 3 phút.
g) Thêm wasabi và nêm muối và hạt tiêu. Thêm sữa chua và chế biến cho đến khi mịn và hơi giống kem, từ 2 đến 3 phút.
h) Quay trở lại nồi và giữ ấm trên ngọn lửa nhỏ cho đến khi bạn sẵn sàng phục vụ.
i) Múc súp ra bát, phủ bánh mì nướng lên trên và rưới dầu ô liu.
j) Nêm hạt tiêu và rải đều hẹ cắt nhỏ và hoa của chúng lên trên. Phục vụ ấm áp.

36.Vichyssoise với hoa lưu ly

THÀNH PHẦN:
- 6 Tỏi tây, làm sạch, cắt ngọn
- 4 thìa bơ
- 4 chén nước luộc gà hoặc rau
- 3 củ khoai tây, thái hạt lựu
- 2 muỗng canh lá lưu ly cắt nhỏ
- 1 cốc kem chua
- Muối và tiêu
- hạt nhục đậu khấu

HƯỚNG DẪN:
a) Cắt tỏi tây thành từng lát mỏng.
b) Đun chảy bơ trong chảo, thêm tỏi tây vào xào trên lửa vừa cho đến khi mềm.
c) Thêm nước dùng, khoai tây và hẹ.
d) Đun sôi và đun nhỏ lửa trong 35 phút hoặc cho đến khi khoai tây mềm. Sự căng thẳng.
e) Nghiền rau trong máy chế biến thực phẩm. Kết hợp xay nhuyễn và nước dùng và để lạnh.
f) Ngay trước khi ăn, khuấy đều kem chua.
g) Nêm muối, tiêu, hạt nhục đậu khấu cho vừa ăn và trang trí bằng hoa lưu ly.

XA LÁT

37. Xa lát cầu vồng

THÀNH PHẦN:
- Gói 5 ounce rau diếp bơ
- Gói rau arugula 5 ounce
- Gói Vi xanh 5 ounce
- 1 củ cải dưa hấu thái lát mỏng
- 1 củ cải tím thái lát mỏng
- 1 củ cải xanh thái lát mỏng
- 3 củ cà rốt cầu vồng, cạo thành dải ruy băng
- 1/2 chén đậu Hà Lan thái lát mỏng
- 1/4 chén bắp cải đỏ, thái nhỏ
- 2 củ hẹ, cắt thành khoanh
- 2 quả cam máu, cắt múi
- 1/2 cốc nước cam huyết
- 1/2 chén dầu ô liu nguyên chất
- 1 muỗng canh giấm rượu vang đỏ
- 1 muỗng canh lá oregano khô
- 1 thìa mật ong
- Muối và hạt tiêu cho vừa ăn
- để trang trí hoa ăn được

HƯỚNG DẪN:
a) Trộn dầu ô liu, giấm rượu vang đỏ và lá oregano vào thùng chứa. Thêm hẹ và để ướp ít nhất 2 giờ trên quầy.
b) Đặt hẹ sang một bên.
c) Trong một cái lọ, trộn nước cam, dầu ô liu, mật ong, một chút muối và hạt tiêu cho đến khi đặc và mịn. Nêm muối và hạt tiêu cho vừa ăn.
d) Trộn các loại rau xanh, rau diếp và rau arugula với khoảng ¼ cốc dầu giấm vào một cái tô trộn.
e) Trộn một nửa số củ cải, cà rốt, đậu Hà Lan, hẹ tây và các múi cam.
f) Lắp ráp mọi thứ theo một mô hình đầy màu sắc.
g) Thêm dầu giấm và hoa ăn được để hoàn thành.

38.Xa lát rau xanh và đậu tuyết

THÀNH PHẦN:
GIẤM
- 1 ½ chén dâu tây thái hạt lựu
- 2 muỗng canh giấm balsamic trắng
- 1 muỗng cà phê xi-rô cây phong nguyên chất
- 2 thìa nước cốt chanh
- 3 muỗng canh dầu ô liu

XA LÁT
- 6 ounce rau xanh và/hoặc rau xà lách
- 12 quả đậu tuyết, thái lát mỏng
- 2 củ cải, thái lát mỏng
- Dâu tây cắt đôi, hoa ăn được và nhánh thảo mộc tươi để trang trí

HƯỚNG DẪN:
a) Để làm nước sốt dầu giấm, trộn dâu tây, giấm và xi-rô phong vào một đĩa trộn. Lọc chất lỏng và thêm nước cốt chanh và dầu.
b) Nêm với muối và hạt tiêu.
c) Để làm món Xa lát, hãy trộn các loại rau xanh, đậu Hà Lan, củ cải, dâu tây để sẵn và ¼ cốc dầu giấm vào tô trộn.
d) Thêm một nửa quả dâu tây, hoa ăn được và nhánh thảo mộc tươi để trang trí.

39.Xa lát Cây sen cạn Và Nho

THÀNH PHẦN:
- 1 đầu xà lách đỏ
- 1 cốc nho không hạt
- 8 lá sen cạn
- 16 bông hoa sen cạn

GIẤM:
- 3 muỗng canh dầu sa-lát
- 1 muỗng canh giấm rượu trắng
- 1½ muỗng cà phê mù tạt Dijon
- 1 nhúm hạt tiêu đen

HƯỚNG DẪN:
a) Trên mỗi đĩa trong số 4 đĩa, xếp 5 lá rau diếp đỏ, ¼ chén nho, 2 lá sen cạn và 4 hoa sen cạn.
b) Trộn đều tất cả các nguyên liệu làm dầu giấm trong một cái bát.
c) Rưới đều nước sốt lên mỗi món Xa lát.
d) Phục vụ ngay lập tức.

40. Xa lát mùa hè với đậu phụ và hoa ăn được

THÀNH PHẦN:
CHO MÓN XA LÁT MÙA HÈ:
- 2 đầu xà lách bơ
- 1 pound Xà lách cừu
- 2 quả kiwi vàng dùng xanh nếu không có vàng
- 1 nắm hoa ăn được tùy chọn- Tôi dùng hoa anh thảo trong vườn của mình
- 1 nắm quả óc chó
- 2 muỗng cà phê hạt hướng dương tùy chọn
- 1 quả chanh

ĐỐI VỚI ĐẬU HỮ FETA:
- Đậu phụ 1 khối tôi dùng loại đặc
- 2 muỗng canh giấm táo
- 2 thìa nước cốt chanh tươi
- 2 thìa bột tỏi
- 2 thìa bột hành
- 1 muỗng cà phê thì là tươi hoặc khô
- 1 nhúm muối

HƯỚNG DẪN:

a) Trong một cái bát, cắt đậu phụ cứng thành khối vuông, thêm tất cả các nguyên liệu khác và nghiền bằng nĩa.
b) Cho vào hộp kín và để trong tủ lạnh trong vài giờ.
c) Để phục vụ, hãy xếp những chiếc lá lớn hơn dưới đáy tô lớn của bạn: xà lách bơ và rau diếp cừu ở trên.
d) Cắt lát kiwi và đặt chúng lên trên lá rau diếp.
e) Rải một ít quả óc chó và hạt hướng dương vào bát.
f) Chọn và cẩn thận những bông hoa ăn được của bạn. Đặt chúng một cách tinh tế xung quanh món Xa lát của bạn.
g) Lấy đậu phụ feta ra khỏi tủ lạnh, lúc này bạn có thể cắt/băm nhỏ. Đặt một số mảnh lớn xung quanh.
h) Vắt hết nửa quả chanh và mang nửa còn lại ra bàn để thêm một ít.

41. khoai tây và sen cạn

THÀNH PHẦN:
- 6 củ khoai tây mới, có kích thước đều nhau
- 1 muỗng canh muối biển
- 3 chén măng Cây sen cạn, rất mềm
- Lá và thân non, xếp rời nhau
- ½ chén dưa chua thì là xắt nhỏ
- 2 muỗng canh nụ hoa sen cạn ngâm hoặc nụ bạch hoa
- 1 tép tỏi, băm nhỏ
- 5 muỗng canh dầu ô liu nguyên chất
- ¼ chén giấm rượu vang đỏ
- Tiêu đen mới xay, vừa ăn
- 2 muỗng canh rau mùi tây Ý, băm nhỏ
- 1 cánh hoa sen cạn cầm tay
- 1 toàn bộ hoa và lá Cây sen cạn, để trang trí

HƯỚNG DẪN:
a) Đặt khoai tây vào chảo và phủ nước khoảng 2 inch cùng với 1 thìa muối biển. Bìa và đun sôi.
b) Mở chảo và nấu ở lửa nhỏ trong khoảng 20 phút hoặc cho đến khi khoai tây vừa mềm.
c) Xả khoai tây và để nguội.
d) Khi đủ nguội để cầm, gọt vỏ khoai tây và cắt thành từng miếng nhỏ, gọn gàng.
e) Chuyển khoai tây vào tô.
f) Cắt nhỏ lá sen cạn và thân mềm rồi cho vào bát cùng với dưa chua thì là, nụ sen cạn và tỏi.
g) Thêm dầu ô liu, giấm, muối và hạt tiêu cho vừa ăn.
h) Đảo nhẹ nhàng, chú ý không làm nát khoai tây.
i) Gắp Xa lát khoai tây lên đĩa phục vụ kiểu cũ và rắc rau mùi tây cắt nhỏ lên trên.
j) Cắt cánh hoa thành dải và rắc lên món Xa lát. Trang trí bằng toàn bộ hoa và lá.

42.Xa lát bồ công anh và Chorizo

THÀNH PHẦN:
- Bát gỏi lá bồ công anh non
- 2 lát bánh mì, cắt lát
- 4 muỗng canh dầu ô liu
- 150 gram Chorizo, thái lát dày
- 2 tép tỏi, xắt nhỏ
- 1 muỗng canh giấm rượu vang đỏ
- Muối và tiêu

HƯỚNG DẪN:
a) Nhặt lá bồ công anh, rửa sạch và lau khô trong khăn trà sạch. Đổ vào một bát phục vụ.
b) Cắt vỏ bánh mì và cắt thành khối. Đun nóng một nửa dầu ô liu trong chảo rán.
c) Chiên bánh mì ở nhiệt độ vừa phải, đảo thường xuyên cho đến khi chín vàng đều.
d) Xả trên giấy ăn. Lau sạch chảo và thêm lượng dầu còn lại. Chiên chorizo hoặc mỡ lợn trên lửa cao cho đến khi chín vàng.
e) Thêm tỏi và chiên thêm vài giây nữa rồi tắt lửa. Dùng thìa có rãnh loại bỏ chorizo và rải nó lên món Xa lát.
f) Để chảo nguội trong một phút, khuấy giấm và đổ mọi thứ lên món Xa lát.
g) Rải lên bánh mì, nêm muối và hạt tiêu, trộn và thưởng thức.

43.Lưu ly và dưa chuột sốt kem chua

THÀNH PHẦN:
- 3 quả dưa chuột dài
- Muối
- ½ lít kem chua
- 2 muỗng canh giấm gạo
- ½ muỗng cà phê hạt cần tây
- ¼ chén hành lá xắt nhỏ
- 1 thìa cà phê đường
- Muối và tiêu
- ¼ chén lá lưu ly non, thái nhỏ

HƯỚNG DẪN:
a) Dưa chuột rửa sạch, bỏ lõi và thái lát mỏng.
b) Muối nhẹ và để yên trong một cái chao trong 30 phút để ráo nước. Rửa sạch và lau khô.
c) Trộn đều các nguyên liệu còn lại, nêm muối, tiêu cho vừa ăn.
d) Thêm dưa chuột và đảo nhẹ.
e) Trang trí bằng hoa lưu ly hoặc hoa hẹ.

44.Bắp cải đỏ với hoa cúc

THÀNH PHẦN:
- 1 bắp cải đỏ, bỏ lõi và thái mỏng
- ¼ cốc bơ
- 1 củ hành tây, thái khoanh
- 2 quả táo lớn, gọt vỏ, bỏ lõi, thái lát mỏng
- 2 thìa cánh hoa cúc vàng
- 2 thìa đường nâu
- Nước lạnh
- 4 muỗng canh giấm rượu vang đỏ
- Muối biển
- Hạt tiêu
- Bơ
- Cánh hoa cúc tươi

HƯỚNG DẪN:
a) Chần bắp cải đỏ trong nước sôi trong 1 phút.
b) Xả, làm mới và đặt sang một bên. Đun nóng bơ trong chảo, cho hành tây vào phi thơm trong 4 phút cho đến khi mềm.
c) Khuấy các lát táo và nấu thêm 1 phút nữa.
d) Cho bắp cải vào nồi sâu lòng chống cháy có nắp đậy kín.
e) Trộn hành tây, táo và cánh hoa cúc vào, đảo đều các nguyên liệu để chúng được phủ đều bơ.
f) Rắc đường lên rồi đổ nước và giấm vào. Nêm nhẹ.
g) Nấu trên lửa nhỏ hoặc trong lò nướng ở nhiệt độ 325F/170/gas 3 trong 1½ - 2 giờ cho đến khi bắp cải mềm.
h) Ngay trước khi dùng, hãy thêm một ít bơ và vài cánh hoa cúc tươi.

45.Xa lát măng tây

THÀNH PHẦN:
Xa lát Măng Tây
- 1 bó măng tây
- 5 củ cải, thái lát mỏng
- 3 củ hành lá, ngọn xanh thái chỉ
- vỏ chanh từ một quả chanh

Dấm chanh
- ¼ cốc nước chanh
- 2 muỗng canh dầu ô liu nhẹ
- 2 thìa cà phê đường
- Muối và hạt tiêu cho vừa ăn

TRÌNH BÀY
- Chanh lát
- Pansies vàng hữu cơ

HƯỚNG DẪN:
a) Bắt đầu đun sôi nước để hấp măng tây.
b) Chuẩn bị một bát nước đá để ngâm măng tây sau khi chín.
c) Hấp măng tây trong 5 phút hoặc cho đến khi mềm nhưng vẫn giòn.
d) Ngâm măng tây trong nước đá rồi cắt măng tây thành từng miếng 2 inch.

Dấm chanh
e) Trộn nước cốt chanh và đường và để yên cho đến khi đường tan.
f) Thêm dầu và nêm muối và hạt tiêu cho vừa ăn.

Xa lát Măng Tây
g) Nếu có thời gian, bạn có thể ướp măng tây trong nước sốt khoảng 30 phút.
h) Thêm củ cải và hành lá rồi đảo đều.
i) Trang trí với lát chanh và bánh pansies tươi và dùng ngay.

46. Xa lát hoa păng-xê

THÀNH PHẦN:
- 6 cốc rau arugula bé
- 1 quả táo, thái lát rất mỏng
- 1 củ cà rốt
- ¼ củ hành đỏ, thái lát thật mỏng
- một số ít các loại thảo mộc tươi như húng quế, oregano, húng tây, chỉ lá
- 2 ounce kem phô mai dê, dùng quả hồ trăn nghiền cho người ăn chay
- Pansies, bỏ cuống

GIẤM
- ¼ cốc máu cam
- 3 muỗng canh dầu ô liu
- 3 muỗng canh giấm sâm panh
- nhúm muối

HƯỚNG DẪN:
a) Trộn đều dầu giấm, điều chỉnh bất kỳ nguyên liệu nào theo sở thích của bạn.
b) Đổ rau xanh vào một bát Xa lát rộng.
c) Gọt vỏ và cạo cà rốt thành dải mỏng bằng dụng cụ gọt rau.
d) Thêm vào rau xanh cùng với các lát táo, hành tây và rau thơm.
e) Trộn với nước sốt và trang trí món Xa lát với vụn phô mai dê và bánh pansies.
f) Phục vụ ngay lập tức.

47. Xa lát xanh với hoa ăn được

THÀNH PHẦN:
- 1 muỗng cà phê giấm rượu vang đỏ
- 1 thìa cà phê mù tạt Dijon
- 3 muỗng canh dầu ô liu nguyên chất
- Muối thô và hạt tiêu mới xay
- 5 ½ ounce rau xà lách non mềm
- 1 gói viola chưa phun hoặc các loại hoa ăn được khác

HƯỚNG DẪN:
a) Kết hợp giấm và mù tạt trong một cái bát.
b) Dần dần thêm dầu vào, sau đó nêm muối và hạt tiêu.
c) Đổ đầy rau xanh và phủ hoa lên trên. Phục vụ ngay lập tức.

GIA VỊ VÀ TRANG TRÍ

48. Pesto sen can

THÀNH PHẦN:
- 50 lá sen cạn
- ¼ cốc quả hồ trăn, nướng
- ½ chén dầu ô liu
- ½ cốc phô mai Parmesan
- 1 nhúm ớt đỏ
- Muối và hạt tiêu cho vừa ăn

HƯỚNG DẪN:
a) Rửa sạch lá sen cạn và lắc khô.
b) Đổ lá vào máy xay thực phẩm của bạn một cách lỏng lẻo vào ¾ đường.
c) Trộn cho đến khi chúng được cắt nhỏ. Thêm nhiều lá hơn và trộn.
d) Tiếp tục điều này cho đến khi tất cả các lá được trộn đều.
e) Thêm quả hồ trăn vào và trộn cho đến khi thái nhỏ.
f) Thêm phô mai, ớt đỏ và một nửa dầu vào. Trộn.
g) Thêm nhiều dầu hơn cho đến khi có độ đặc như mong muốn.

49. Mứt dâu oải hương

THÀNH PHẦN:
- 1 pound dâu tây
- 1 pound đường
- 24 cành hoa oải hương
- 2 quả chanh, nước cốt

HƯỚNG DẪN:
a) Rửa sạch, lau khô và bóc vỏ dâu tây.
b) Xếp chúng vào một cái bát với đường và 1 tá cành hoa oải hương, rồi đặt chúng ở nơi mát mẻ qua đêm.
c) Vứt bỏ hoa oải hương và đặt hỗn hợp quả mọng vào nồi không dùng nhôm.
d) Buộc các cành hoa oải hương còn lại lại với nhau và thêm chúng vào quả mọng.
e) Thêm nước cốt chanh.
f) Đun sôi, sau đó đun nhỏ lửa trong 25 phút.
g) Hớt hết bọt từ trên xuống. Vứt bỏ hoa oải hương và đổ mứt vào lọ khử trùng. Niêm phong.

50. Xi-rô kim ngân

THÀNH PHẦN:
- 4 pound cánh hoa kim ngân tươi
- 8 lít Nước sôi
- Đường

HƯỚNG DẪN:
a) Ngâm cánh hoa trong nước trong 12 giờ.
b) Đặt sang một bên trong một vài giờ.
c) Gạn và thêm lượng đường gấp đôi và tạo thành xi-rô.

51. Mật ong tím

THÀNH PHẦN:
- ½ cốc hoa tím không có thuốc trừ sâu được đóng gói nhẹ, không có cuống
- ½ cốc mật ong

HƯỚNG DẪN:
a) Rửa sạch hoa tím trong một bát nước lạnh và nhẹ nhàng vắt khô chúng trong máy quay Xa lát.
b) Trong chảo hoặc cốc an toàn với lò vi sóng, đun nóng mật ong cho đến khi sôi.
c) Lấy mật ong ra khỏi bếp và cho hoa tím vào khuấy đều.
d) Đậy nắp và để hoa tím ngâm trong 24 giờ.
e) Ngày hôm sau, đun lại mật ong với hoa tím cho đến khi chảy nước.
f) Đổ mật ong qua rây lọc vào lọ và bỏ hoa tím đi.
g) Đậy nắp lọ và bảo quản mật ong hương hoa tím ở nơi tối, mát mẻ.
h) Sử dụng trong vòng một tuần.

52.Hoa trang trí cho phô mai

THÀNH PHẦN:
- Hoa hoặc thảo mộc ăn được rửa sạch
- phô mai khô
- 2 chén rượu trắng khô
- 1 phong bì gelatin không có hương vị

HƯỚNG DẪN:
a) Đặt những bông hoa và thảo mộc lên trên miếng phô mai theo kiểu dáng mà bạn thích.
b) Sau đó, loại bỏ những bông hoa và thảo mộc, đặt chúng sang một bên theo mẫu.
c) Trong chảo, kết hợp rượu vang trắng và gelatin.
d) Khuấy cho đến khi gelatin hòa tan hoàn toàn và hỗn hợp trong suốt.
e) Tắt bếp và đặt chảo vào một thùng chứa lớn hơn chứa đầy đá.
f) Tiếp tục khuấy khi nó đặc lại.
g) Đặt phô mai lên giá phía trên đĩa để hứng những giọt nước chảy ra từ men.
h) Đổ gelatin lên phô mai và trải đều.
i) Để trong tủ lạnh trong 15 phút, sau đó lấy ra khỏi tủ lạnh và rưới thêm men lên hoa.
j) Ăn kèm với bánh quy giòn.

53.kẹo hoa tím

THÀNH PHẦN:
- ½ cốc -Nước
- 1 cốc đường, dạng hạt
- Chiết xuất hạnh nhân hoặc nước hoa hồng
- hoa tím tươi hoặc
- Cánh hoa hồng tươi

HƯỚNG DẪN:
a) Đây là những đồ trang trí cho món tráng miệng.
b) Làm xi-rô bằng cách khuấy nước thành đường trong chảo.
c) Đun sôi cho đến khi hơi đặc lại.
d) Khuấy chiết xuất hạnh nhân cho vừa ăn. Để xi-rô nguội một chút.
e) Đặt từng bông hoa tím vào xi-rô.
f) Hãy chắc chắn rằng chúng được bao phủ hoàn toàn.
g) Lấy xi-rô ra và đặt trên giấy sáp để khô.
h) Nếu xi-rô cứng lại, hãy hâm nóng lại, thêm một chút nước.

54. Hoa cúc nướng Hành

THÀNH PHẦN:
- 16 củ hành vàng
- 1 thìa cà phê đường
- ¼ chén nước luộc gà
- 3 muỗng canh bơ không muối

HƯỚNG DẪN:
a) Làm nóng lò ở nhiệt độ 450 độ F.
b) Dùng dao sắc cắt phẳng phần đầu củ của mỗi củ hành sao cho vẫn còn nguyên nhưng sẽ đứng vững.
c) Đặt từng củ hành tây ở đầu rễ của nó, cắt các lát dọc song song với khoảng cách ¼ inch vào bên trong nhưng không xuyên qua củ hành, dừng lại ở khoảng ¾ inch phía trên đầu củ.
d) Xoay từng củ hành 90 độ và cắt các lát dọc song song theo cách tương tự để tạo thành hình chữ thập, giữ nguyên củ hành.
e) Trong một đĩa nướng nông được phết bơ nhẹ đủ để hành tây mở ra hoặc "bông hoa", cho hành tây và rễ xuống dưới, rắc đường và muối cho vừa ăn.
f) Trong chảo đun nóng nước dùng và bơ trên lửa cao vừa phải cho đến khi bơ tan chảy và rưới hành lên trên.
g) Bọc hành tây bằng giấy bạc và nướng trong lò trong 45 phút hoặc cho đến khi mềm.
h) Lấy giấy bạc ra và nướng hành, thỉnh thoảng nướng thêm từ 30 đến 45 phút hoặc cho đến khi vàng.
i) Hành tây có thể làm trước 1 ngày rồi để nguội, đậy kín. Đun nóng hành trước khi dùng.

55. Cánh hoa hồng kẹo

THÀNH PHẦN:
- 2 bông hồng
- 1 lòng trắng trứng
- 1 thìa cà phê nước
- 1 cốc đường

HƯỚNG DẪN:
a) Đặt những cánh hoa hồng lên khay nướng có lót giấy nến.
b) Thêm 1 thìa nước vào 1 lòng trắng trứng, đánh đều.
c) Dùng chổi quét bánh ngọt phủ nhẹ nước rửa trứng lên cánh hoa hồng và rắc ngay đường.
d) Đặt lại trên giấy nến để cánh hoa hồng khô hoàn toàn qua đêm.
e) Cánh hoa hồng sẽ cứng lại qua đêm và có thể bảo quản và sử dụng an toàn trong tối đa 3 tuần.

56.Mật ong ngâm hoa tử đinh hương

THÀNH PHẦN:
- 2 chén hoa tử đinh hương tươi đã bỏ cuống xanh
- 1 ½ cốc mật ong nguyên chất có thể nhiều hơn một chút

HƯỚNG DẪN:

a) Dùng kéo cắt những bông hoa tử đinh hương ra khỏi cuống và cho chúng vào lọ thủy tinh cỡ pint.

b) Sau khi lọ đầy hoa tử đinh hương, hãy đổ mật ong nguyên chất vào để che phủ hoàn toàn hoa.

c) Để mật ong lắng xuống lọ một chút, sau đó đổ thêm mật ong vào lọ để che hoa.

d) Một lúc sau, hoa tử đinh hương chắc chắn sẽ nổi lên trên lớp mật, không sao cả.

e) Đậy nắp lọ và để mật ong ngấm ít nhất vài ngày và tối đa vài tuần trước khi sử dụng, khuấy hoa thường xuyên một chút nếu bạn nghĩ đến.

f) Khi đã sẵn sàng sử dụng mật ong, bạn có thể dễ dàng dùng thìa múc khối hoa ra khỏi miệng lọ.

57. Sốt Tầm Xuân & Nho

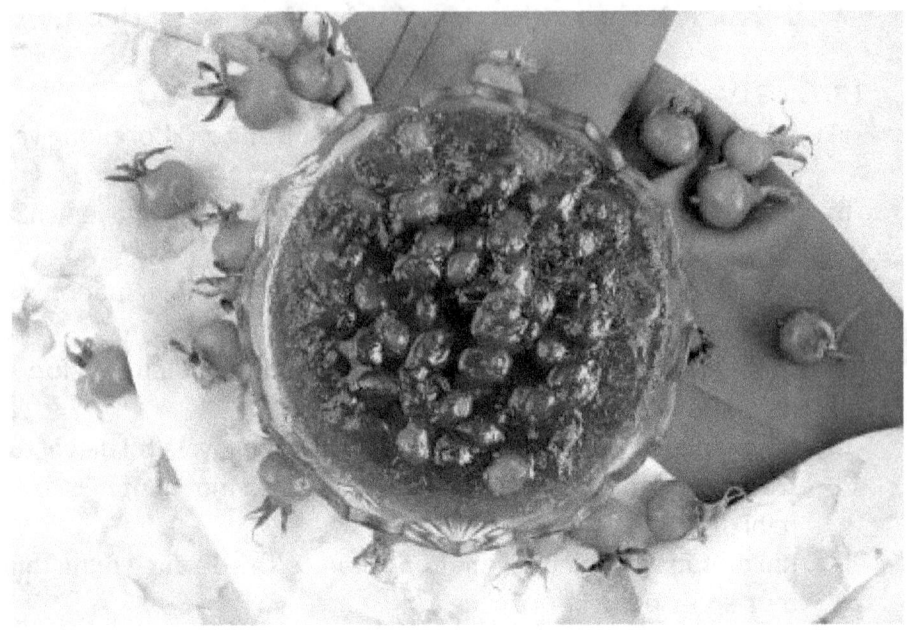

THÀNH PHẦN:
- 1½ cốc nước
- 3 ounce Tầm xuân
- ½ chén đường nâu
- 1 thanh quế
- 3 túi trà dâm bụt
- 1 cốc thạch nho, màu đỏ hoặc đen
- 1 thìa nước cốt chanh
- 1½ muỗng cà phê bơ
- ½ muỗng cà phê Bột mì

HƯỚNG DẪN:
a) Đun sôi nước, quế và trà thảo dược cho đến khi nước còn lại một cốc.
b) Bỏ quế và trà thảo dược rồi thêm đường nâu, nước cốt chanh và tầm xuân vào rồi đun nhỏ lửa cho đến khi nước vừa ngập tầm tầm xuân.
c) Sau đó, thêm thạch nho vào, khuấy đều cho đến khi tan hết, tiếp tục đun nhỏ lửa trong năm phút, khuấy đều và quan sát cẩn thận xem có bị cháy xém không.
d) Trộn đều bơ và bột mì rồi khuấy đều với hỗn hợp thạch nho cho đến khi đặc lại.
e) Tắt bếp, hỗn hợp đã sẵn sàng để sử dụng.

ĐỒ UỐNG

58.Bát sinh tố Matcha và sen cạn

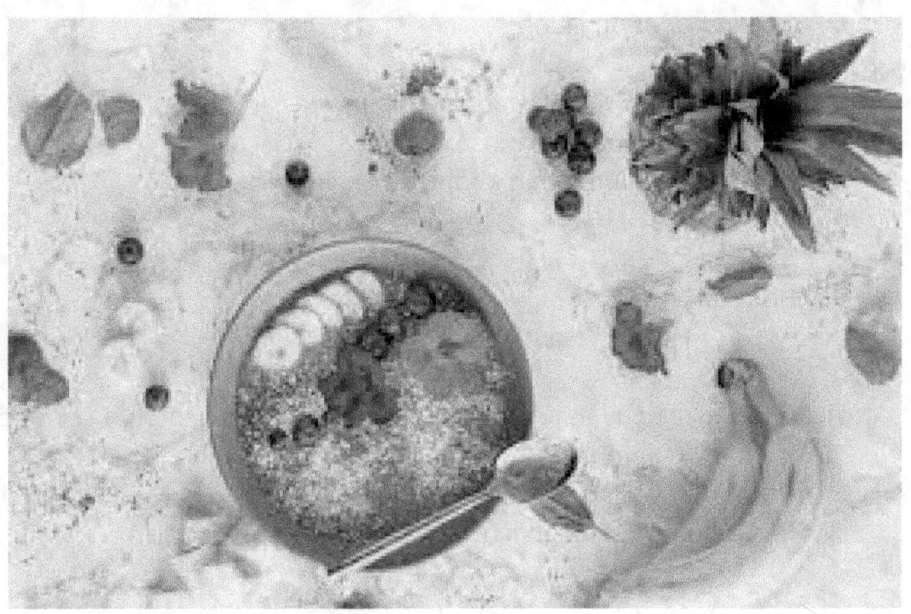

THÀNH PHẦN:
- 1 chén rau bina
- 1 quả chuối đông lạnh
- ½ cốc dứa
- ½ muỗng cà phê bột matcha chất lượng cao
- ½ muỗng cà phê chiết xuất vani
- 1/3 cốc sữa hạnh nhân không đường

PHỦ BÊN TRÊN THỨC ĂN
- hạt chia
- Hoa sen cạn

HƯỚNG DẪN:

a) Cho tất cả nguyên liệu sinh tố vào máy xay sinh tố. Xung cho đến khi mịn và kem.
b) Đổ sinh tố vào tô.
c) Rắc topping lên và ăn ngay.

59. Nước hoa oải hương việt quất

THÀNH PHẦN:
- ½ cốc quả việt quất
- 4 cốc nước
- Hoa oải hương ăn được

HƯỚNG DẪN:
a) Cho nguyên liệu vào bình.
b) Tiếp theo, làm lạnh nước trong tối thiểu nửa giờ.
c) Lọc và đổ đá viên lên trước khi dùng.

60. Bát sinh tố đào

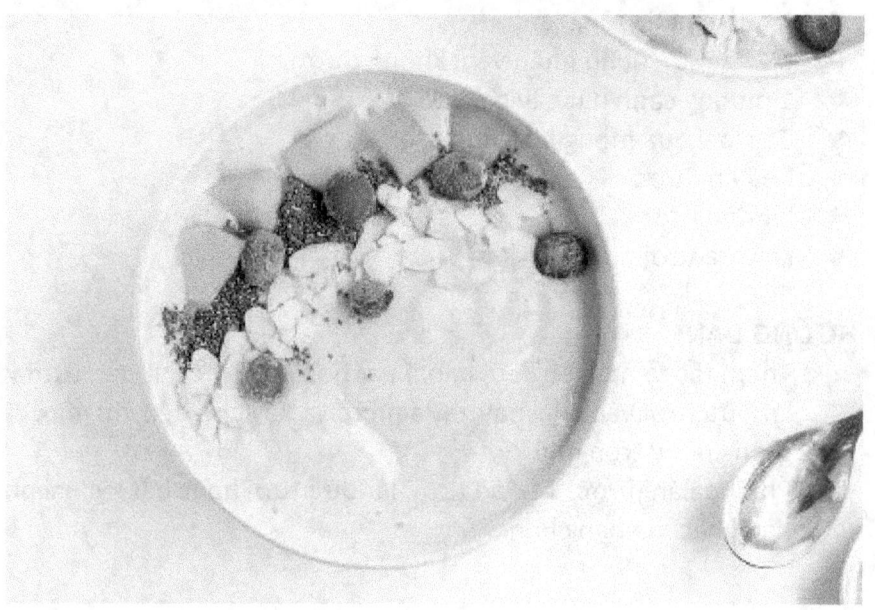

THÀNH PHẦN:
- 2 cốc đào, đông lạnh
- 1 quả chuối, đông lạnh
- 1½ cốc sữa hạnh nhân vani không đường
- 1 muỗng canh hạt cây gai dầu
- Các loại quả mọng hỗn hợp
- hoa ăn được
- lát đào tươi
- lát dứa tươi

HƯỚNG DẪN:
a) Thêm tất cả nguyên liệu, ngoại trừ hoa ăn được, lát đào tươi và lát dứa tươi vào cốc máy xay sinh tố và xay cho đến khi mịn, cẩn thận không trộn quá kỹ.
b) Phủ hoa ăn được, lát đào tươi, lát dứa tươi hoặc bất kỳ loại phủ nào khác mà bạn chọn.

61. Sữa Kefir Ngọt Oải Hương

THÀNH PHẦN:
- 4 cốc sữa kefir.
- 2 thìa hoa oải hương khô.
- Đường mía hữu cơ hoặc stevia

HƯỚNG DẪN:
a) Làm sữa kefir truyền thống, để kefir lên men ở nhiệt độ phòng trong 24 giờ.
b) Lọc các hạt kefir và chuyển chúng sang sữa tươi.
c) Khuấy đầu hoa oải hương vào sữa kefir. Không thêm đầu hoa khi hạt kefir vẫn còn trong kefir.
d) Đậy nắp kefir và để ở nhiệt độ phòng qua đêm. Lần lên men thứ hai sẽ kéo dài từ 12 đến 24 giờ.
e) Lọc kefir để loại bỏ đầu hoa.
f) Thêm đường mía hoặc stevia. Khuấy chất làm ngọt vào kefir.

62. Trà kim ngân chữa bệnh

THÀNH PHẦN:
- 4 cốc nước
- 2 chén hoa kim ngân tươi
- 1 thìa cà phê mật ong

HƯỚNG DẪN:
a) Để pha trà kim ngân hoa, hãy hái những bông hoa kim ngân đã nở, hái ở gốc để giữ lại mật hoa.
b) Đặt một số ít hoa vào lọ thủy tinh.
c) Đun sôi 4 cốc nước, sau đó tắt bếp và đợi trong 2 phút.
d) Đổ nước nóng lên hoa trong lọ.
e) Để hỗn hợp nguội đến nhiệt độ phòng trong khi ngâm.
f) Phục vụ với đá viên và bảo quản phần trà còn lại trong tủ lạnh.

63. Trà hoa cúc và hoa cơm cháy

THÀNH PHẦN:
- 1/2 muỗng canh hoa cúc
- 1/2 muỗng canh hoa cơm cháy
- 1/2 muỗng canh bạc hà
- 1/2 muỗng canh lá tầm ma

HƯỚNG DẪN:
a) Đặt tất cả nguyên liệu vào ấm trà, đổ 10 ounce nước sôi, để ngấm và thưởng thức.
b) Uống 4 cốc mỗi ngày trong mùa sốt cỏ khô.

64. Trà Hoa Cúc Và Thì Là

THÀNH PHẦN:
- 1 thìa cà phê hoa cúc
- 1 muỗng cà phê hạt thì là
- 1 thìa cà phê meadowsweet
- 1 muỗng cà phê rễ marshmallow, thái nhỏ
- 1 thìa cà phê yarrow

HƯỚNG DẪN:
a) Cho các loại thảo mộc vào ấm trà.
b) Đun sôi nước, cho vào ấm trà.
c) Để ngấm trong 5 phút và phục vụ.
d) Uống 1 cốc truyền dịch 3 lần một ngày.

65. Trà bồ công anh và ngưu bàng

THÀNH PHẦN:
- 1 muỗng cà phê lá bồ công anh
- 1 muỗng cà phê lá ngưu bàng
- 1 thìa cà phê rau thơm
- 1 thìa cà phê hoa cỏ ba lá đỏ

HƯỚNG DẪN:
a) Cho tất cả nguyên liệu vào ấm trà, đổ nước sôi vào, để ngấm trong 15 phút rồi thưởng thức.
b) Uống nóng hoặc lạnh suốt cả ngày.

66. Trà cỏ thi và hoa cúc kim tiền

THÀNH PHẦN:
- 1 thìa cà phê yarrow
- 1 thìa cà phê hoa cúc vạn thọ
- 1 thìa cà phê áo choàng nữ
- 1 thìa cà phê cỏ roi ngựa
- 1 muỗng cà phê lá mâm xôi

HƯỚNG DẪN:

a) Cho tất cả nguyên liệu vào ấm trà, đổ nước sôi vào, để ngấm trong 15 phút rồi thưởng thức.

b) Uống nóng hoặc lạnh suốt cả ngày.

67.Trà Đầu Lâu Và Hoa Cam

THÀNH PHẦN:
- 1 thìa cà phê mũ sọ
- 1 thìa cà phê hoa cam
- 1 thìa cà phê St. John's wort
- 1 muỗng cà phê trầu gỗ
- 1 muỗng cà phê dầu chanh

HƯỚNG DẪN:

a) Cho tất cả nguyên liệu vào ấm trà, đổ nước sôi vào, để ngấm trong 15 phút rồi thưởng thức.

b) Uống nóng hoặc lạnh suốt cả ngày.

68.hoa cúc Calendula chăm sóc cảm lạnh

THÀNH PHẦN:
- Nhúm hoa Calendula
- Nhúm lá xô thơm
- Nhúm hoa dâm bụt
- Nhúm hoa cơm cháy
- 2 cốc nước, đun sôi
- Em yêu

HƯỚNG DẪN:
a) Đặt hoa cúc kim tiền, cây xô thơm, hoa dâm bụt và hoa cơm cháy vào lọ thủy tinh.
b) Thêm nước đun sôi vào bình.
c) Đậy nắp và ngâm trong 10 phút.
d) Thêm mật ong.

69. Hoa chân chim Trà

THÀNH PHẦN:
- Hoa hồng hông 2 phần
- 1 phần dưỡng chanh
- 2 cốc nước
- 1 phần rễ Marshmallow
- Mullein 1 phần
- Hoa chân chim 1 phần
- Rễ Osha 1 phần

HƯỚNG DẪN:
a) Thêm nước vào nồi.
b) Thêm rễ marshmallow và osha.
c) Đun sôi trong 10 phút
d) Thêm các thành phần còn lại.
e) Để nó dốc thêm 7 phút nữa.
f) Sự căng thẳng.

70.Trà xanh Tầm Xuân

THÀNH PHẦN:
- 2 cốc nước
- 1 túi trà xanh
- 2 nhúm ớt cayenne
- 1 quả chanh hữu cơ, vắt
- 2 t a b le s poons Tầm xuân hữu cơ
- 2 muỗng cà phê si-rô phong

HƯỚNG DẪN:
a) Nước sôi.
b) Thêm một túi trà và Tầm Xuân vào cốc.
c) Đổ nước sôi vào.
d) Hãy để nó dốc trong 10 phút.
e) Vắt chanh và lấy nước vào cốc.
f) Trộn xi-rô cây thích vào.
g) Thêm bột cayenne.

71. Trà hỗ trợ miễn dịch Echinacea

THÀNH PHẦN:
- ¼ cốc hoa cúc dại
- ¼ cốc quả cơm cháy
- ¼ cốc xương cựa
- ¼ cốc hoa hồng hông
- ¼ cốc hoa cúc

HƯỚNG DẪN:
a) Trộn tất cả mọi thứ và bảo quản trong lọ thủy tinh.
b) Sử dụng 2 muỗng cà phê cho mỗi cốc nước nóng.
c) Hãy để nó dốc trong 10 phút.

72.Trà cỏ ba lá đỏ Tonic

THÀNH PHẦN:
- 4 phần lá tầm ma
- 3 phần lá bạc hà
- Lá mullein 2 phần
- 1 phần củ gừng
- Lá và rễ bồ công anh 2 phần
- 3 phần dầu chanh
- Hoa cỏ ba lá đỏ 2 phần
- hoa hồng hông 1 phần

HƯỚNG DẪN:
a) Kết hợp tất cả các thành phần khô.
b) Đun sôi 4 cốc nước và đổ nước nóng vào hỗn hợp trà.
c) Để nó ngâm trong 15 phút và lọc các loại thảo mộc.

73. Trà đen hồng hào

THÀNH PHẦN:
- Cánh hoa hồng 2 phần
- Trà đen 1 phần

HƯỚNG DẪN:
a) Kết hợp các thành phần trong một cái lọ.
b) Đặt một muỗng cà phê trà vào lưới lọc.
c) Đổ 8 ounce nước sôi lên trà.
d) Hãy để nó dốc trong 5 phút.

74. Trà kim ngân chữa bệnh

THÀNH PHẦN:
- 4 cốc nước lọc
- 1 thìa cà phê mật ong
- 2 chén hoa kim ngân tươi

HƯỚNG DẪN:
a) Đặt hoa vào lọ thủy tinh.
b) Đun nước đến nhiệt độ sôi, sau đó để nguội trong 2 phút.
c) Đổ nước nóng lên hoa trong lọ.
d) Ngâm trong vài phút.
e) Phục vụ trên đá viên.

75.Hoa Trà thảo mộc

THÀNH PHẦN:
- 10 bông hoa cúc tươi
- 20 nụ hoa oải hương
- 10 bông hoa cúc tươi

HƯỚNG DẪN:
a) Đặt hoa vào chậu.
b) Đổ 1 cốc nước nóng đổ lên hoa.
c) Ngâm trong 4 phút.
d) Lọc vào cốc.

76.Trà Hoa Cúc Kỷ Tử

THÀNH PHẦN:
- 4 cốc nước sôi
- 1 T a b le s poon Hoa cúc
- 1 quả goji T a b le s poon
- 4 quả chà là đỏ rỗ
- Em yêu

HƯỚNG DẪN:
a) Cho hoa cúc, chà là và quả kỷ tử vào nồi.
b) Thêm 4 cốc nước sôi nóng.
c) Hãy để nó dốc trong 10 phút.
d) Lọc và thêm mật ong.

77. Trà Hoa Bồ Công Anh

THÀNH PHẦN:
- ¼ chén hoa bồ công anh
- 500ml nước sôi
- ½ thìa mật ong
- Nước chanh

HƯỚNG DẪN:
a) Đặt đầu hoa bồ công anh vào ấm trà.
b) Đun sôi nước và đổ nước nóng lên hoa bồ công anh.
c) Để ngấm trong 5 phút.
d) Lọc những bông hoa.
e) Thêm mật ong và chanh .

78. Trà pha cà phê hoa đậu biếc

THÀNH PHẦN:
- 1 thìa cà phê trà hoa đậu xanh
- 8 ounce nước
- ½ cốc sữa
- 1 thìa cà phê mật ong

HƯỚNG DẪN:
a) Thêm lá trà lỏng vào máy pha.
b) Đổ vào một cốc nước nóng.
c) Cho phép ngâm trong 5 phút. Đừng vượt quá.
d) Hấp sữa.
e) Đổ nước nóng vào cốc.
f) Đổ sữa lên trên.
g) Rưới một ít mật ong lên trên.

79.Trà hoa dâm bụt Pha cà phê

THÀNH PHẦN:
- 2 thìa cà phê hoa dâm bụt khô, giã nát
- ¼ muỗng cà phê nước hoa hồng
- Hoa dâm bụt và cánh hoa hồng để trang trí
- ¼ cốc nước đun sôi
- ¾ cốc sữa, có bọt
- 2 thìa cà phê mật ong

HƯỚNG DẪN:
a) Đun nước đến điểm sôi.
b) Đặt hoa dâm bụt khô vào giỏ lọc trà.
c) Ngâm trà trong khoảng 5 phút.
d) Tháo lưới lọc trà.
e) Trộn nước hoa hồng và chất ngọt vào trà.
f) Thêm sữa ấm có bọt và trang trí.

80. Rễ cây bạch dương Trà siêu thư giãn

THÀNH PHẦN:
- 1 muỗng cà phê khô rễ cây nữ lang
- 1 muỗng cà phê khô Hoa cúc

HƯỚNG DẪN:
a) Trong một ấm trà có tất cả nguyên liệu, đổ vào 2 cốc nước nóng .
b) S teep trong 5 phút.
c) Lọc hoặc loại bỏ túi trà.
d) Thêm mật ong .

81.St John's Wort Trà tĩnh tâm

THÀNH PHẦN:
- 1 ounce dầu chanh
- 1 ounce hoa cúc
- ½ ounce St John's Wort

HƯỚNG DẪN:
a) Đổ hỗn hợp vào 1 cốc nước đun sôi.
b) Đậy nắp trong 10 phút và lọc.

82. Trà trẻ hóa

THÀNH PHẦN:
- hoa hồng hông 1 phần
- Hoa cúc vạn thọ 1 phần
- 1 phần galum f thấp hơn
- 1 phần hoa lưu ly
- 1 5 phần lá tầm ma

HƯỚNG DẪN:
a) Cho tất cả các loại thảo mộc vào túi trà , cho vào cốc và đậy lại bằng nước sôi.
b) Ngâm trong 10 phút.
c) Lấy túi trà ra và thêm chất làm ngọt vào.

83. Trà cảm lạnh và khàn giọng

THÀNH PHẦN:
- 2 ounce hoa Malva
- 1 ½ ounce hoa Mullein

HƯỚNG DẪN:

a) Ngâm trong 10 phút trong 1 cốc nước nóng. , sự căng thẳng.

b) Uống 2 cốc mỗi ngày .

84. Trà Thảo Dược Hoa chanh

THÀNH PHẦN:
- Túi hoa chanh khô
- Nước sôi

HƯỚNG DẪN:
a) Đặt hoa khô vào chậu .
b) Đổ nước sôi vào và ngâm trong bốn phút .

85.Trà Potpourri

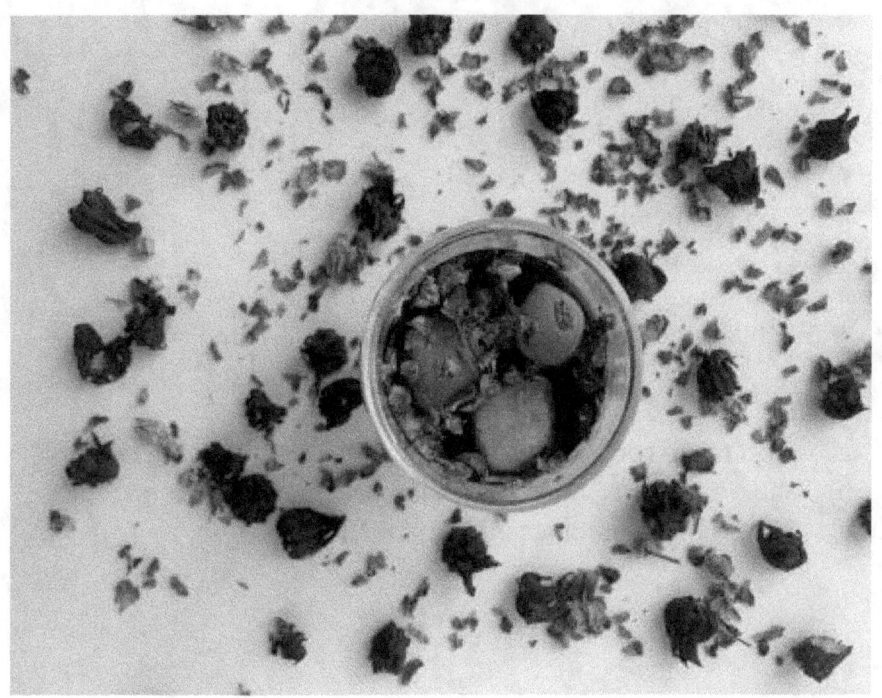

THÀNH PHẦN:
- 3 que vỏ quế, vò nát
- 1 muỗng canh hạt nhục đậu khấu
- 2 ounce cánh hoa cam khô
- 2 thìa vỏ quế, vụn
- 4 cây hồi nguyên quả
- 8 ounce trà đen
- 3 ounce hoa dâm bụt khô
- Vài vòng xoắn của cối xay hạt tiêu
- 1 ounce vỏ cam tươi bào thô
- 1 thìa cà phê đinh hương nguyên hạt, giã trong cối

HƯỚNG DẪN:
a) Trộn tất cả các thành phần trong một bát trộn bằng tay.
b) Sau đó trải ra rổ hoặc khay phẳng và phơi khô trong vài giờ.
c) Sử dụng một muỗng canh cho mỗi nồi.

86. Trà cỏ ba lá đỏ

THÀNH PHẦN :
- ¼ chén cỏ ba lá đỏ tươi
- Hoa có ít lá
- Chanh vàng
- Em yêu
- Lá bạc hà tươi
- Vài chiếc lá bồ công anh

HƯỚNG DẪN:
a) Đặt hoa và lá vào ấm trà.
b) Đổ nước sôi vào, đậy nắp và đun nhỏ lửa trong 10 phút cho ngấm.
c) Lọc vào cốc, thêm một chút chanh và làm ngọt bằng mật ong.

87. Rượu Hoa Hồng Và Hoa Oải Hương

THÀNH PHẦN:
- 1 chai Pinot Grigio
- 5 cánh hoa hồng
- 2 cành hoa oải hương

HƯỚNG DẪN:
a) Thêm các loại thảo mộc trực tiếp vào chai rượu đã mở.
b) Niêm phong thật chặt.
c) Ngâm trong 3 ngày ở nơi mát mẻ hoặc trong tủ lạnh.
d) Lọc cánh hoa hồng và hoa oải hương.
e) Phục vụ trong ly.
f) Trang trí với cánh hoa hồng và hoa oải hương.

MÓN TRÁNG MIỆNG

88. Quả việt quất Hoa oải hương Việt quất giòn

THÀNH PHẦN:
- 3 cốc quả việt quất
- 1 cốc quả nam việt quất
- ½ muỗng cà phê hoa oải hương tươi
- ¾ cốc đường
- 1-½ chén bánh quy graham bột yến mạch nghiền nát
- ½ chén đường nâu
- ½ cốc bơ tan chảy
- ½ chén hạnh nhân cắt lát

HƯỚNG DẪN:
a) Làm nóng lò ở nhiệt độ 350 độ F.
b) Kết hợp quả việt quất, quả nam việt quất, hoa oải hương và đường.
c) Trộn đều và đổ vào chảo nướng 8 x 8 inch.
d) Kết hợp bánh quy giòn nghiền, đường nâu, bơ tan chảy và hạnh nhân cắt lát.
e) Đổ vụn lên trên phần nhân.
f) Nướng trong 20 đến 25 phút, cho đến khi phần nhân sủi bọt.
g) Làm nguội ít nhất 15 phút trước khi dùng.

89.Mứt đại hoàng, hoa hồng và dâu

THÀNH PHẦN:
- 2 pound đại hoàng
- 1 pound dâu tây
- ½ pound cánh hoa hồng thơm nồng nàn
- 1 ½ pound đường
- 4 quả chanh ngon ngọt, bao gồm cả hạt, được đặt sang một bên

HƯỚNG DẪN:
a) Cắt lát đại hoàng và xếp vào tô cùng với dâu tây nguyên vỏ và đường. Đổ nước cốt chanh vào, đậy nắp và để qua đêm.
b) Đổ lượng chứa trong bát vào chảo không phản ứng. Thêm hạt chanh buộc vào túi vải mỏng và đun sôi nhẹ. Đun sôi trong 2 phút, sau đó đổ lượng chứa trong chảo trở lại bát. Che lại và để ở nơi mát mẻ qua đêm một lần nữa.
c) Cho hỗn hợp đại hoàng và dâu tây trở lại chảo.
d) Loại bỏ phần đầu màu trắng ở phần gốc của cánh hoa hồng và thêm các cánh hoa vào chảo, đẩy chúng xuống giữa các loại trái cây.
e) Đun sôi và đun sôi nhanh chóng cho đến khi đạt đến nhiệt độ đông đặc, sau đó đổ vào lọ ấm đã tiệt trùng.
f) Niêm phong và xử lý.

90.Bánh quy hình quả cam Calendula

THÀNH PHẦN:
- 6-8 bông hoa cúc vạn thọ tươi, rửa sạch, bỏ cánh hoa và bỏ cuống hoa
- ½ cốc bơ đã làm mềm
- ½ cốc đường
- vỏ bào của 2 quả cam
- 2 muỗng canh nước cam cô đặc, tan chảy
- 1 thìa cà phê vani
- 2 quả trứng, đánh nhẹ
- 2 cốc bột
- 2 ½ thìa cà phê bột nở
- ¼ thìa cà phê muối
- 1 cốc nửa quả hạnh nhân

HƯỚNG DẪN:
a) Làm nóng lò ở nhiệt độ 350 độ F.
b) Bôi nhẹ hai tờ bánh quy.
c) Đánh bơ, đường và vỏ cam cho đến khi mềm mịn.
d) Thêm nước cam cô đặc và vani. Trộn trứng vào, khuấy đều cho đến khi hòa quyện. Rây đều bột mì, bột nở và muối.
e) Trộn cánh hoa cúc vạn thọ và các nguyên liệu khô thành hỗn hợp kem.
f) Thả từng muỗng cà phê bột lên khay nướng bánh quy.
g) Nhấn một nửa quả hạnh nhân vào mỗi chiếc bánh quy.
h) Nướng trong vòng 12 đến 15 phút, cho đến khi có màu vàng nâu.

91.Parfait sữa chua với Vi xanh

THÀNH PHẦN:
- ½ cốc sữa chua nguyên chất hoặc vani
- ½ cốc quả mâm xôi
- ¼ cốc Yến mạch cán nhỏ
- 1 muỗng cà phê mật ong địa phương
- một nhúm vi xanh cúc vạn thọ

HƯỚNG DẪN:
a) Trong cốc parfait, xếp lớp sữa chua và quả mọng.
b) Kết thúc với một chút mật ong địa phương, Yến mạch cán nhỏ, một nhúm vi xanh cúc vạn thọ và một quả mọng cuối cùng!

92.Bánh mì mini hoa cà rốt

THÀNH PHẦN:
- 3 muỗng canh nước tương
- 1½ muỗng cà phê Gừng, xay
- ¼ thìa cà phê muối
- 1 chén cơm, nấu chín
- 2½ cốc cà rốt, cắt nhỏ
- 1 quả trứng
- 1 muỗng canh giấm, gạo
- 2 tép tỏi, băm nhỏ
- 1 pound Thổ Nhĩ Kỳ, xay
- ¾ chén hành lá, xắt nhỏ
- ½ cốc hạt dẻ nước, cắt nhỏ
- 2 muỗng canh dầu

HƯỚNG DẪN:
a) Trộn tất cả các thành phần ngoại trừ 2 c. của cà rốt và dầu.
b) Tạo thành 12 viên thịt viên 2 inch. Kết hợp cà rốt và dầu còn lại. Cuộn thịt viên trong cà rốt. Đặt vào cốc muffin đã phết mỡ, rắc cà rốt còn sót lại và bọc lại bằng giấy bạc.
c) Nướng ở 375 độ trong 25 phút. Lấy giấy bạc ra và nướng thêm 5 phút nữa cho đến khi đầu cà rốt bắt đầu chuyển sang màu nâu.
d) Hãy đứng 5 phút trước khi phục vụ.

93.Bánh quy hồi Hyssop

THÀNH PHẦN:
- ½ chén hoa hồi, xắt nhỏ
- 3 quả trứng
- 1 cốc đường
- ½ muỗng cà phê Vani
- 2 cốc bột
- 1 muỗng cà phê bột nở
- ½ thìa muối

HƯỚNG DẪN:
a) Đánh trứng cho đến khi đặc và có màu chanh.
b) Thêm đường và cánh hoa vào đánh đều trong 5 phút. Thêm vani.
c) Thêm bột mì, bột nở và muối vào hỗn hợp trứng. Tiếp tục đánh thêm 5 phút nữa.
d) Đổ từng muỗng cà phê bột lên khay nướng đã phết dầu mỡ, cách đều nhau.
e) Nướng ở 325F trong 12 đến 15 phút.

94.Bánh Hoa păng-xê chanh

THÀNH PHẦN:
- Pastry Dough
- 2 quả trứng
- 3 lòng đỏ trứng
- ¾ cốc đường
- ½ cốc nước cốt chanh
- 1 muỗng canh vỏ chanh bào
- 1 cốc kem đặc
- 1 gói gelatin không vị
- ¼ cốc nước
- Pansies kết tinh

HƯỚNG DẪN:

a) Trong một cái chảo 1 lít có máy đánh trứng, đánh trứng, lòng đỏ trứng, đường, nước cốt chanh và vỏ.

b) Nấu trên lửa nhỏ, khuấy liên tục bằng thìa gỗ cho đến khi hỗn hợp đặc lại và phủ lên thìa trong khoảng 10 phút.

c) Lọc và đặt sang một bên.

d) Khi bánh đã nguội, làm nóng lò ở nhiệt độ 400'F. Giữa 2 tờ giấy sáp đã phủ bột, cán bánh thành hình tròn 11 inch. Gỡ bỏ tờ giấy trên cùng và úp chiếc bánh ngọt vào đĩa bánh 9 inch, để phần thừa tràn ra mép.

e) Loại bỏ tờ giấy sáp còn lại. Gấp phần bánh thừa xuống dưới sao cho ngang với mép đĩa.

f) Dùng nĩa đâm vào đáy và xung quanh mặt bánh để tránh bị co rút. Lót bánh bằng giấy nhôm và đổ đầy đậu khô hoặc trọng lượng bánh chưa nấu chín.

g) Nướng vỏ bánh ngọt trong 15 phút, loại bỏ giấy bạc có đậu và nướng lâu hơn từ 10 đến 12 phút hoặc cho đến khi vỏ bánh có màu vàng. Làm nguội hoàn toàn lớp vỏ trên giá dây.

h) Khi vỏ bánh nguội, đánh kem cho đến khi tạo thành chóp mềm rồi để sang một bên.

i) Trong chảo, kết hợp gelatin và nước, đun trên lửa nhỏ, khuấy đều cho đến khi gelatin tan.

j) Khuấy hỗn hợp gelatin vào hỗn hợp chanh đã nguội. Trộn kem đã đánh bông vào hỗn hợp chanh cho đến khi hòa quyện. Phết kem chanh lên vỏ bánh ngọt và để trong tủ lạnh trong 2 giờ hoặc cho đến khi cứng lại.

k) Trước khi phục vụ, đặt hoa pansies xung quanh mép và ở giữa bánh, nếu muốn.

95.Bánh quy hoa cúc

THÀNH PHẦN:
- ¼ chén hoa cúc
- ½ cốc bơ mềm
- 1 cốc đường
- 2 quả trứng
- ½ muỗng cà phê chiết xuất vani
- 1¾ chén bột mì

HƯỚNG DẪN:
a) Cẩn thận cắt nhỏ những bông hoa cúc và đặt chúng sang một bên.
b) Đánh bơ, trứng và vani.
c) Khuấy bột mì và hoa cúc.
d) Nhỏ từng thìa cà phê lên khay nướng đã phết một ít dầu mỡ.
e) Nướng ở 300' trong 10 phút.

96.Sorbet dâu và hoa cúc

THÀNH PHẦN:
- ¾ cốc nước
- ½ cốc mật ong
- 2 thìa trà nụ hoa cúc
- 15 quả dâu tây lớn, đông lạnh
- ½ thìa cà phê thảo quả xay
- 2 thìa cà phê Lá bạc hà tươi

HƯỚNG DẪN:
a) Đun sôi nước và thêm mật ong, bạch đậu khấu và hoa cúc.
b) Tắt bếp sau 5 phút và để nguội cho đến khi thật lạnh.
c) Đặt dâu tây đông lạnh vào máy xay thực phẩm và cắt nhỏ.
d) Thêm xi-rô ướp lạnh và trộn cho đến khi rất mịn.
e) Múc ra và bảo quản trong hộp đựng trong ngăn đá tủ lạnh. Ăn kèm với lá bạc hà.

97. Kẹo dẻo Marshmallow hoa cẩm chướng

THÀNH PHẦN:
- 2 muỗng canh bơ hoặc bơ thực vật
- ⅔ cốc sữa cô đặc không pha loãng
- 1½ cốc đường cát
- ¼ thìa cà phê muối
- 2 cốc kẹo dẻo mini
- 1½ cốc miếng sô-cô-la bán ngọt
- 1 muỗng cà phê chiết xuất vani
- ½ chén quả hồ đào hoặc quả óc chó cắt nhỏ

HƯỚNG DẪN:
a) Chảo vuông 8 inch bơ.
b) Trong chảo, kết hợp bơ, sữa cô đặc, đường và muối.
c) Đun sôi, khuấy liên tục.
d) Đun sôi trong 4 đến 5 phút, khuấy liên tục và tắt bếp.
e) Khuấy kẹo dẻo, miếng nhỏ, vani và các loại hạt.
f) Khuấy mạnh trong 1 phút hoặc cho đến khi kẹo dẻo tan chảy hoàn toàn.
g) Đổ vào chảo. Làm lạnh và cắt thành hình vuông. Gợi ý Để có lớp kem mềm dày hơn, hãy sử dụng khuôn làm bánh mì 7x5 inch.

98.Kem Tím

THÀNH PHẦN:
- 1 cốc kem đặc
- 2 cốc vụn bánh mì nguyên hạt tươi ngon
- ¼ cốc đường thô kết tinh
- hoa tím kết tinh

HƯỚNG DẪN:
a) Đánh kem cho đến khi cứng. Gấp vụn bánh mì và đường vào.
b) Làm lạnh trong tủ đá cho đến khi cứng nhưng không cứng.
c) Trước khi dùng, trộn vào một ít hoa tím kết tinh và trang trí mỗi khẩu phần bằng nhiều thứ tương tự.

99.Souffle tím

THÀNH PHẦN:
- 9 ounce đường cát
- 8 lòng đỏ trứng
- 8 giọt tinh chất Violet
- 12 kẹo hoa tím, nghiền nát hoặc cắt nhỏ
- 12 lòng trắng trứng
- 1 nhúm muối
- Bơ
- Đường cát
- Đường bánh kẹo

HƯỚNG DẪN:
a) Đánh đường và lòng đỏ với nhau cho đến khi nhạt và đặc.
b) Thêm tinh chất hoa tím và kẹo hoa tím.
c) Đánh lòng trắng trứng với muối cho bông cứng. Gấp lại với nhau.
d) Bơ bên trong đĩa souffle và phủ một lượng đường vừa đủ để dính vào bơ.
e) Đổ hỗn hợp souffle vào. Nướng trong 15 phút ở nhiệt độ 400.
f) Rắc đường làm bánh kẹo lên trên rồi cho vào lò nướng thêm 5 phút.
g) Ăn nóng.

100. Dâu, Xoài & Hoa Hồng Pavlova

THÀNH PHẦN:
- 6 lòng trắng trứng
- ⅛ muỗng cà phê kem tartar
- nhúm muối
- 1 ½ chén đường
- 1 thìa nước cốt chanh
- ¼ thìa nước hoa hồng hoặc ½ thìa vani
- 2 ½ thìa cà phê bột bắp
- 4 cốc xoài và dâu tây thái lát
- 2 thìa đường
- 1 ½ cốc kem tươi
- ½ cốc phô mai mascarpone
- Cánh hoa hồng ăn được

HƯỚNG DẪN:
a) Làm nóng lò ở nhiệt độ 250°F.
b) Lót một tấm nướng bằng giấy da.
c) Vẽ một vòng tròn 9 inch trên giấy. Đảo ngược tờ giấy sao cho hình tròn nằm ở mặt sau.

CHO MERINGUE
d) Trong tô của máy trộn đứng có gắn phụ kiện đánh trứng, đánh lòng trắng trứng, kem tartar và muối cho đến khi tạo thành chóp mềm.
e) Thêm 1 ½ cốc đường, mỗi lần 1 thìa, đánh ở tốc độ cao cho đến khi tạo thành chóp cứng và bánh trứng đường không còn sạn nữa, cạo xuống bát nếu cần. Đánh trong nước chanh và nước hoa hồng. Dùng thìa cao su nhẹ nhàng trộn bột ngô vào.
f) Trải meringue lên một vòng tròn trên giấy da, tạo thành các cạnh một chút để tạo thành vỏ.
g) Nướng trong 1 tiếng rưỡi.
h) Tắt lò và để khô trong lò với cửa đóng kín trong 1 giờ.
i) Làm nguội hoàn toàn trên một tấm trên giá dây.

KEM HỖN HỢP
j) Cho xoài và quả mọng vào tô với 2 thìa đường. Để yên 20 phút.
k) Trong khi đó, trong một tô trộn, đánh kem và mascarpone bằng máy trộn điện cho đến khi tạo thành chóp mềm.
l) Đặt vỏ meringue lên đĩa.
m) Đổ hỗn hợp kem vào vỏ meringue. Múc hỗn hợp hoa quả lên trên.
n) Phục vụ ngay lập tức.

PHẦN KẾT LUẬN

Để kết thúc hành trình khám phá ẩm thực về nụ và hoa của chúng tôi, "Sách dạy nấu ăn hoàn chỉnh về nụ và hoa" không chỉ mang đến cho bạn một bộ sưu tập các công thức nấu ăn mà còn mang đến cho bạn sự đánh giá mới về những điều kỳ diệu có thể ăn được mà thiên nhiên ban tặng. Mong rằng những trang này sẽ truyền cảm hứng cho bạn để tận hưởng vẻ đẹp của hương hoa, biến mỗi bữa ăn thành bữa tiệc cho các giác quan.

Khi bạn bắt tay vào cuộc phiêu lưu ẩm thực của riêng mình với những loài hoa ăn được, mong rằng các công thức nấu ăn trong cuốn sách nấu ăn này sẽ là kim chỉ nam, khuyến khích bạn truyền vào các món ăn của mình tinh chất mê hoặc của hoa. Hãy để những cánh hoa mỏng manh và màu sắc rực rỡ nâng tầm bữa ăn của bạn, tạo ra trải nghiệm ăn uống vừa ngon miệng vừa quyến rũ về mặt thị giác. Chúc mừng một thế giới nơi mỗi miếng cắn đều là sự tôn vinh vẻ đẹp của thiên nhiên và tính nghệ thuật của những loài hoa ăn được!

www.ingramcontent.com/pod-product-compliance
Lightning Source LLC
LaVergne TN
LVHW021705060526
838200LV00050B/2520